ਸਾਲੂ : ਜਜ਼ਬਾਤਾਂ ਦੀ ਫੁਲਕਾਰੀ

ਸਿਲਵੀ ਪਨੇਸਰ

BlueRose ONE.com
Stories Matter
NewDelhi • London

BLUEROSE PUBLISHERS
India | U.K.

Copyright © Silvie Panesar 2024

All rights reserved by author. No part of this publication may be reproduced, stored in a retrieval system or transmitted in any form or by any means, electronic, mechanical, photocopying, recording or otherwise, without the prior permission of the author. Although every precaution has been taken to verify the accuracy of the information contained herein, the publisher assumes no responsibility for any errors or omissions. No liability is assumed for damages that may result from the use of information contained within.

BlueRose Publishers takes no responsibility for any damages, losses, or liabilities that may arise from the use or misuse of the information, products, or services provided in this publication.

For permissions requests or inquiries regarding this publication, please contact:

BLUEROSE PUBLISHERS
www.BlueRoseONE.com
info@bluerosepublishers.com
+91 8882 898 898
+4407342408967

ISBN: 978-93-6261-665-4

Cover Design: Sadhna Kumari
Typesetting: Pooja Sharma

First Edition: August 2024

ਸ਼ੁਕਰਾਨਾ

ਪਿਆਰੇ ਪਾਠਕ,

ਸਤਿ ਸ੍ਰੀ ਅਕਾਲ।

ਤੁਹਾਡਾ ਬਹੁਤ-ਬਹੁਤ ਸ਼ੁਕਰਾਨਾ ਜਿਹਨਾਂ ਨੇ ਇੱਕ ਨਵੀਂ ਲਿਖਾਰੀ ਦੀ ਪੁਸਤਕ ਪੜ੍ਹਨ ਲਈ ਚੁਣੀ। ਕੋਈ ਸਾਹਿਤ ਪ੍ਰੇਮੀ ਜਾਂ ਕੋਈ ਪੜ੍ਹਨ ਦਾ ਜਿਗਿਆਸੂ ਕਦੇ ਮੇਰੀ ਲਿਖਤ ਪੜ੍ਹੇਗਾ, ਇਹ ਹਰ ਲਿਖਾਰੀ ਵਾਂਗ ਮੇਰੇ ਲਈ ਵੀ ਇੱਕ ਸੁਪਨਾ ਜਿਹਾ ਹੀ ਸੀ। ਸ੍ਵੈ-ਸੰਦੇਹ 'ਚ ਘਿਰੀ ਸੋਚਦੀ, "ਅੱਛਾ! ਇੰਨਾ ਲਿਖ ਪਾਵਾਂਗੀ? ਉਸ ਮਿਆਰ ਦਾ ਲਿਖ ਪਾਵਾਂਗੀ, ਜਿਸ ਨੂੰ ਇਸ ਭੱਜ-ਦੌੜ ਦੇ ਯੁੱਗ ਵਿੱਚ ਕੋਈ ਪੜ੍ਹੇਗਾ? ਇਸ ਅਤਿ-ਆਧੁਨਿਕ ਯੁੱਗ ਵਿੱਚ ਜਦੋਂ ਸਮਾਰਟ ਫੋਨ/ਟੈਬ ਆਦਿ ਨੇ ਕਿਤਾਬ, ਅਖ਼ਬਾਰ, ਕੈਮਰਾ, ਟੈਲੀਫੋਨ, ਘੜੀ, ਕੰਪਾਸ, ਕੈਲਕੂਲੇਟਰ, ਕੰਪਿਊਟਰ ਨੇ ਕਿਤੇ ਨਾ ਕਿਤੇ ਸਾਥੀ ਮਨੁੱਖਾਂ ਦੀ ਵੀ ਥਾਂ ਲੈ ਲਈ ਹੈ... ਪਤਵੰਤੇ ਪਾਠਕ ਤੁਸੀਂ ਨਿਸਚੇ ਹੀ ਵਧਾਈ ਦੇ ਪਾਤਰ ਹੋ ਜੋ ਰਿਵਾਇਤੀ ਮਨੋਰੰਜਨ (ਕਿਤਾਬ) ਨੂੰ ਚੁਣਿਆ ਤੇ ਇਸ ਭੱਜਮ-ਭੱਜ ਦੇ ਸਮੇਂ 'ਚ ਠਹਿਰਾਵ ਦੇ ਮਾਲਕ ਹੋ ਕਿਉਂਕਿ ਇੱਕ ਠਹਿਰਾਵ ਬਗੈਰ ਕਿਤਾਬ ਪੜ੍ਹਨਾ ਵੀ ਮੁਮਕਿਨ ਨਹੀਂ।

ਤੁਸੀਂ ਮੇਰੇ ਲਈ ਬਹੁਤ ਵਿਸੇਸ਼ ਸਥਾਨ ਰੱਖਦੇ ਹੋ ਕਿਉਂਕਿ ਤੁਸੀਂ ਮੇਰੀ ਕਿਤਾਬ ਨੂੰ ਚੁਣ ਕੇ ਮੇਰੀ ਹੌਸਲਾ-ਅਫ਼ਜ਼ਾਈ ਕੀਤੀ ਹੈ। ਇਸ ਦਾ ਬਹੁਤ-ਬਹੁਤ ਸ਼ੁਕਰਾਨਾ! ਆਸ ਕਰਦੀ ਹਾਂ ਪਾਠਕ-ਲੇਖਕ ਦਾ ਇਹ ਖ਼ੂਬਸੂਰਤ ਰਿਸ਼ਤਾ ਮੈਂ ਪੂਰੀ ਨਿਸਚਾ ਨਾਲ ਨਿਭਾ ਪਾਵਾਂ ਤੇ ਤੁਹਾਨੂੰ ਮੇਰੀ ਨਿਮਾਣੀ ਪੇਸ਼ਕਸ਼ ਪਸੰਦ ਆਵੇ ਤੇ ਅਗਾਂਹ ਤੋਂ ਵੀ ਇਹ ਸੁੰਦਰ ਰਿਸ਼ਤਾ ਬਣਿਆ ਰਹੇ। ਆਮੀਨ!

ਪੜ੍ਹਨ-ਲਿਖਣ ਦੀ ਚਾਸ ਮੈਨੂੰ ਮੇਰੇ ਵਿਦਿਆਲੇ ਕੁੰਦਨ ਵਿਦਿਆ ਮੰਦਿਰ (ਲੁਧਿਆਣਾ) ਤੋਂ ਹੀ ਲੱਗ ਗਈ ਸੀ। ਬਹੁਤ ਸਾਰਾ ਅੰਗਰੇਜ਼ੀ, ਹਿੰਦੀ ਸਾਹਿਤ ਸਾਡੇ ਸਕੂਲ ਦੇ ਕਰੀਕਲਮ (ਪਾਠਕ੍ਰਮ) 'ਚ ਹੀ ਹੁੰਦਾ ਸੀ। ਲਾਇਬਰੇਰੀ (ਪੁਸਤਕਾਲੇ) 'ਚ ਆਰਚੀ ਕਾਮਿਕਸ ਤੋਂ ਲੈ ਕੇ ਵਿਸ਼ਵ ਪੱਧਰੀ ਨਾਵਲ, ਕਿਤਾਬਾਂ ਮੁਹੱਈਆ ਸਨ। ਰਬਿੰਦਰ ਨਾਥ ਟੈਗੋਰ, ਮੁਨਸ਼ੀ ਪ੍ਰੇਮਚੰਦ, ਰਾਮਧਾਰੀ ਸਿੰਘ ਦਿਨਕਰ, ਸ਼ੇਕਸਪੀਅਰ, ਵਿਲਿਅਮ ਵਰਡਸਵਰਥ ਤੇ ਜਾਨ ਕੀਟਸ ਵਿਸ਼ਵ-ਪੱਧਰੀ ਸਾਹਿਤ ਨਾਲ ਮੈਨੂੰ ਸਕੂਲ-ਕਾਲਜ (ਸਰਕਾਰੀ ਕੰਨਿਆ ਕਾਲਜ, ਲੁਧਿਆਣਾ) 'ਚ ਹੀ ਮੁਖਾਤਿਬ ਹੋਣ ਦਾ ਸੁਭਾਗ ਪ੍ਰਾਪਤ ਹੋਇਆ। ਸਕੂਲ ਵਿੱਚ ਸਾਨੂੰ ਬਿਲਕੁਲ ਮੁੱਢਲੀ ਪੰਜਾਬੀ (ਗੁਰਮੁਖੀ) ਛੇਵੀਂ ਜਮਾਤ ਵਿੱਚ ਲੱਗੀ। ਕੇਂਦਰੀ ਵਿਦਿਅਕ ਢਾਂਚੇ ਨਾਲ ਮੇਰਾ ਇਹ ਮਲਾਲ ਸਦਾ ਰਹੇਗਾ ਕੇ ਉਹਨਾਂ ਮੈਨੂੰ ਤੇ ਮੇਰੇ ਵਰਗੇ ਹਜ਼ਾਰਾਂ ਪੰਜਾਬੀਆਂ ਨੂੰ ਉਹਨਾਂ ਦੀ ਮਾਂ ਬੋਲੀ ਤੋਂ ਤੇ ਜਾਹਿਰ ਤੌਰ 'ਤੇ ਇਸ ਵਿਚਲੇ ਅਮੀਰ ਇਤਿਹਾਸ, ਵਿਰਸੇ ਤੇ ਸਾਹਿਤ ਤੋਂ ਦੂਰ ਕਰਨ ਦੀ ਕੋਸ਼ਿਸ਼ ਕੀਤੀ ਤੇ ਸਾਡੇ ਸਮਾਜ ਦਾ ਅੰਗਰੇਜ਼ੀਕਰਣ ਕਰਨ 'ਚ ਬੜਾ ਵੱਡਾ ਰੋਲ ਨਿਭਾਇਆ....ਖੈਰ ਇਸ ਵਿਸ਼ੇ 'ਤੇ ਫ਼ਿਰ ਕਦੇ!)

ਸਾਹਿਤਕ ਖ਼ਜ਼ਾਨਿਆਂ ਵਿੱਚੋਂ ਅੰਗਰੇਜ਼ੀ-ਹਿੰਦੀ 'ਚ ਜੋ ਬਾਲ ਉਮਰ 'ਚ ਪੜ੍ਹਿਆ ਉਹ ਸ਼ਬਦਾਂ ਦੀ, ਵਾਕਾਂ ਦੀ, ਕਵਿਤਾਵਾਂ ਤੇ ਵਾਰਤਕ ਦੀ ਬਣਤਰ ਬਹੁਤ ਖਿੱਚ ਪਾਉਂਦੀ ਰਹੀ। ਇੰਜ ਜਾਪਦਾ ਜਿਵੇਂ ਲੇਖਕ, ਕਵੀ ਆਪਣੇ ਭਾਵ ਸ਼ਬਦਾਂ ਤੇ ਕਲਮ ਦੇ ਸੂਈ-ਧਾਗੇ ਨਾਲ ਕਿੰਨੇ ਆਕਰਸ਼ਕ ਤੇ ਨਿਵੇਕਲੇ ਕਢਾਈ ਦੇ ਨਮੂਨੇ ਤਿਆਰ ਕਰ ਦਿੰਦੇ ਹਨ... ਕੈਸੀ ਸੁੰਦਰ ਕਲਾ ਦੇ ਮਾਲਿਕ ਹਨ! ਇਹੀ ਖ਼ੁਸੀ ਤੇ ਹੈਰਾਨੀ ਵੱਡੀਆਂ ਜਮਾਤਾਂ ਵਿੱਚ ਗੁਰਬਾਣੀ ਦੇ ਅੰਸ਼, ਭਾਈ ਵੀਰ ਸਿੰਘ ਦੀ ਰਚਨਾਵਾਂ, ਸ਼ਿਵ ਕੁਮਾਰ ਤੇ ਅੰਮ੍ਰਿਤਾ ਪ੍ਰੀਤਮ ਦੀ ਲੇਖਣੀ ਨਾਲ ਹੁੰਦੀ ਰਹੀ। ਪ੍ਰੇਰਨਾ ਮਿਲਦੀ ਰਹੀ ਕਿ ਕਿਵੇਂ ਮਨੁੱਖੀ ਅਹਿਸਾਸਾਂ ਤੇ ਤਜ਼ਰਬਿਆਂ ਨੂੰ ਅਸੀਂ ਪ੍ਰਗਟਾ ਸਕਦੇ ਹਾਂ... ਜਿਵੇਂ ਕੋਈ ਮਾਹਿਰ ਕਾਰੀਗਰ ਮਾਮੂਲੀ ਜਾਂ ਕੀਮਤੀ ਧਾਤਾਂ ਦੀਆਂ ਤਾਰਾਂ ਨਾਲ

ਬੇਸਕੀਮਤੀ 'ਜ਼ਰਦੋਜ਼ੀ' ਕੱਢ ਦਿੰਦਾ ਹੈ। ਸ਼ੁਕਰਾਨਾ ਉਹਨਾਂ ਮਹਾਨ ਕਵੀਆਂ ਦਾ, ਗੁਰੂਆਂ ਦਾ, ਲੇਖਕਾਂ ਦਾ ਜਿਹਨਾਂ ਨੇ ਜ਼ਿੰਦਗੀ ਦੇ ਕਈ ਅਣਛੂਹੇ, ਅਣਕਹਿ ਅਣਦੇਖੇ ਪੜ੍ਹਾਅ ਵੀ ਰਚਨਾਵਾਂ 'ਚ ਢਾਲ ਦਿੱਤੇ। ਕੁਦਰਤ ਦੇ ਤੋਹਫ਼ੇ ਹੁੰਦੇ ਨੇ ਇਹ ਫ਼ਨਕਾਰ ਮਨੁੱਖਤਾ ਲਈ।

ਧੰਨਵਾਦੀ ਹਾਂ ਮੈਂ ਮੇਰੇ ਹਮਸਫ਼ਰ, ਮੇਰੇ ਬਿਹਤਰ ਅੱਧ ਮੇਰੇ ਪਤੀ ਦੀ ਜਿਹਨਾਂ ਮੇਰੇ ਅੰਦਰ ਵਸੀ ਇਸ ਲਾਟ ਨੂੰ ਕਦੇ ਬੁਝਣ ਨਹੀਂ ਦਿੱਤਾ। ਮੇਰੀਆਂ ਚੰਗੀਆਂ-ਮਾੜੀਆਂ ਸਭ ਰਚਨਾਵਾਂ (ਕੋਸ਼ਿਸ਼ਾਂ) ਨੂੰ ਉਹ ਇੱਕ ਨਿਪੁੰਨ ਆਲੋਚਕ ਵਾਂਗ ਸੁਣਦੇ ਤੇ ਸਮੀਖਿਆ ਕਰਦੇ (ਕਈ ਵਾਰ ਲੋੜ ਤੋਂ ਵੀ ਜ਼ਿਆਦਾ ਖੁੰਡੇ ਪ੍ਰਤੀਕਰਮ ਵੀ ਮਿਲ ਜਾਂਦੇ! ਹਾ! ਹਾ)। ਨਾਸ਼ੁਕਰੀ ਕਹਾਵਾਂਗੀ, ਅਗਰ ਮੈਂ ਸ਼ੁਕਰ ਨਾ ਕੀਤਾ ਉਸ ਕਾਦਿਰ ਦਾ, ਸੱਚੇ ਪਾਤਸ਼ਾਹ ਦਾ, ਜੀਹਨੇ ਮੇਰੇ ਮਾਂ-ਬਾਪ ਚੁਣੇ ਤੇ ਉਹ ਅਥਾਹ ਪਿਆਰ ਦੇ ਸੋਮਿਆਂ ਦਾ ਅੰਸ਼ ਬਣਾ ਕੇ ਮੈਨੂੰ ਮਨੁੱਖਾ ਜੂਨ ਬਖ਼ਸ਼ੀ। ਮੈਨੂੰ ਤੰਦਰੁਸਤੀ ਦਿੱਤੀ, ਸੋਝੀ ਨਿਵਾਜ਼ੀ ਕਿ ਕੁਝ ਗਿਆਨ ਪ੍ਰਾਪਤ ਕਰ ਕੇ ਜੀਵਨ 'ਚ ਕੁਝ ਕਹਿਣ, ਸੁਣਨ ਜੋਗੀ ਹੋ ਜਾਵਾਂ।

ਮੇਰੇ ਦੋਹਾਂ ਪਰਿਵਾਰਾਂ (ਪਨੇਸਰ ਅਤੇ ਦੀਪ!) ਦਾ ਧੰਨਵਾਦ ਤੇ ਮੇਰੇ ਜਿਗਰ ਦੇ ਟੁਕੜੇ, ਮੇਰੇ ਬੱਚਿਆਂ ਦਾ ਸ਼ੁਕਰਾਨਾ ਜਿਹਨਾਂ ਨੇ ਆਪਣੇ ਵੱਡਮੁੱਲੇ ਵਿਚਾਰ ਤੇ ਯੋਗਦਾਨ ਦਿੱਤਾ ਇਸ ਕਿਤਾਬ ਲਈ! ਤੁਹਾਡਾ ਪਿਆਰ ਤੇ ਹੱਲਾਸ਼ੇਰੀ ਬਹੁਤ ਮਾਇਨੇ ਰੱਖਦਾ ਹੈ ਮੇਰੇ ਪਿਆਰਿਓ! ਤੇ ਸਭ ਤੋਂ ਵੱਧ ਪਿਆਰੇ ਪਾਠਕ ਤੁਹਾਡਾ!

ਤੁਸੀਂ ਵੀ ਮੇਰੇ ਵਿਸ਼ਾਲ ਪਰਿਵਾਰ ਦਾ ਹਿੱਸਾ ਹੋ! ਮੈਂ ਤਾਂ ਦਿਲ ਦੀਆਂ ਕਹਿਣ-ਸੁਣਾਉਣ ਲੱਗੀ ਹਾਂ... ਮੇਰੇ "ਸਾਲੂ" ਦਾ ਰੰਗ ਤੇ ਨਿੱਘ ਤੁਹਾਨੂੰ ਸੁਹਾਵੇ।

ਜ਼ਿੰਦਗੀ ਦੇ ਕੁੱਝ ਪਲ ਜੋ ਤੁਸੀਂ ਮੇਰੀ ਕਿਤਾਬ ਨਾਲ ਬਿਤਾਓ, ਉਹ ਤੁਹਾਨੂੰ ਛੂਹ ਸਕਣ ਤੇ ਖ਼ੂਬਸੂਰਤ ਹੋ ਨਿਬੜਨ। ਫ਼ਿਰ ਤੋਂ ਧੰਨਵਾਦ ਅਤੇ ਸ਼ੁਭ-ਕਾਮਨਾਵਾਂ!

ਜਿਓਂਦੇ-ਵਸਦੇ ਰਹੋ ਮਿੱਤਰੋ,

ਬਹੁਤ-ਬਹੁਤ ਪਿਆਰ।

'ਸਿਲਵੀ'

(ਲਵਲੀਨ ਕੌਰ)

ਪੇਸ਼ ਹੈ: "ਸਾਲੂ": ਜਜ਼ਬਾਤਾਂ ਦੀ ਫੁਲਕਾਰੀ

ਸੂਚੀ

ਅਧਿਆਏ -1 1

ਸਾਲੂ 2

ਵਾਅਦਾ 3

ਮੇਰੀ ਤੇ ਕੋਇਲ ਦੀ ਵਾਰਤਾ 4

ਕਿਰਤੀ ਨੂੰ ਮੁਖਾਤਿਬ 8

ਪੜ੍ਹ ਲੈ ਧੀਏ! 10

ਆਸ 13

ਮੰਗ 14

ਮਿੱਟੀ 15

ਰਜੋਨਿਵਿਰਤੀ 18

ਤੁਰਨਾ ਸਿੱਖ ਰਹੀ ਹਾਂ 19

ਪੰਜਾਬੀ: ਮੇਰੀ ਮਾਂ! ਮੇਰੀ ਬੋਲੀ! 21

ਪੁੱਤਰ ਨੂੰ ਵਧਾਈ! 23

ਅਧਿਆਏ -2 25

ਜਾਣ-ਪਛਾਣ 27

ਨਾਨਕ ਆਦਿ ਜੁਗਾਦਿ ਜੀਉ 28

ਅਸਲ-ਨਕਲ ਦੀ ਪਰਖ 33

ਅਧਿਆਏ -3 ....**35**

   ਪਰਵਾਸ.. 37

   ਪੰਜਾਬ ਪੁਕਾਰੇ..39

   ਕਦੋਂ ਤੀਆਂ ਮਨਾਈਏ ਨੀਂ 40

   ਦਿਵਾਲੀ ਦਾ ਗੀਤ 43

   ਪਰਦੇਸੀ ਵਸਿਦਆਂ ਨੂੰ 46

   ਕੀਹਦਾ ਜੀ ਕਰਦਾ? 49

   ਤੇਰਾ ਮੁਲਕ 51

ਅਧਿਆਏ -4 ....**53**

   ਯੂਨੀਕਾੱਰਨ.. 55

ਅਧਿਆਏ -1

ਸਾਲੂ

ਇੰਦਰ ਧਨੁਸ਼ ਜਿਹੀ ਜਾਪੇ ਮੈਨੂੰ,
ਤੇ ਕਦੇ ਬਿਲਕੁਲ ਬੇਰੰਗ।
ਸੁਘੜ-ਸੁਆਣੀ ਜਿਹੀ ਬਣ-ਬਣ ਬੈਠੇ,
ਜਿਉਂ 'ਸਾਲੂ' ਦੇ ਰੰਗ।

ਨਾਜ਼ੁਕ ਜਿਹੀ ਕਿਤੇ ਤਿੜਕ ਨਾ ਜਾਵੇ,
ਕਿਸੇ ਅਲ੍ਹੜ ਦੀ ਵੰਗ।
ਰੱਬ ਵਰਗੀ ਹੀ ਹੈ ਇਹ ਗੁੱਝੀ,
ਨਿੱਤ ਨਵਾਂ ਇਹਦਾ ਢੰਗ।

ਜਚਦੀ, ਫੱਬਦੀ ਮਸਤੀ ਦੇ ਵਿੱਚ...
ਜਿਉਂ ਨਾਰ ਦੀ ਸੰਗ।
ਜ਼ਿੰਦਗੀ ਦੀ ਕੀਹਨੇ ਰਮਜ਼ ਜਾਣੀ 'ਸਿਲਵੀ',
ਨਿੱਤ ਕਰਦੀ ਹੈ ਦੰਗ।

ਵਾਅਦਾ

ਵਾਅਦਾ ਕਰ ਆਪਣੇ-ਆਪ ਨੂੰ,
ਵਾਧੂ ਨਹੀਂ ਰੋਣਾ-ਧੋਣਾ ਹੁਣ।

ਬਹੁਤ ਚਿਰਾਂ ਤੋਂ ਸਿਰ 'ਤੇ ਚੁੱਕਿਆ,
ਭਾਰ ਨਹੀਂ ਮੈਂ ਢੋਣਾ ਹੁਣ।

ਕੱਲ੍ਹ ਕੀ ਸੀ? ਕੱਲ੍ਹ ਨੂੰ ਕੀ ਹੋਣੈ?
ਛੱਡ! ਅੱਜ-ਹੁਣ 'ਚ ਹੀ ਜਿਉਣਾ ਹੁਣ।

ਜੀਵਣ ਦਾ ਹਰ ਪਲ ਜਿਉਣਾ ਹੁਣ,
ਨਿੱਤ ਹਾਰ-ਸ਼ਿੰਗਾਰ ਲਗਾਉਣਾ ਹੁਣ,

ਦੁੱਖ-ਦਲਿੱਦਰ ਸਾੜ ਕੇ,
ਸਦਾ ਚੜ੍ਹਦੀ ਕਲਾ 'ਚ ਹੋਣਾ ਹੁਣ।

ਮੇਰੀ ਤੇ ਕੋਇਲ ਦੀ ਵਾਰਤਾ

ਅੱਜ ਮੇਰੇ ਸ਼ਹਿਰ ਵਿੱਚ, ਕੁਦਰਤ ਵਾਲੇ ਕਹਿਰ ਵਿੱਚ,
ਸੁੰਨਸਾਨ ਚੁਫ਼ੇਰੇ ਵਿੱਚ, ਤਿੱਖੜ ਦੁਪਹਿਰ ਵਿੱਚ,
ਘਰ ਮੇਰੇ ਦੇ ਸਾਹਮਣੇ, ਲੱਗਿਆ ਇੱਕ ਨਸੂੜਾ ਹੈ,
ਪੱਤਿਆਂ ਦਾ ਰੰਗ ਉਹਦੇ ਚਮਕਦਾ ਤੇ ਗੂੜ੍ਹਾ ਹੈ।
ਉੱਥੇ ਕੋਇਲ ਇੱਕ ਨਿੱਕੀ ਜਿਹੀ, ਬਣ-ਬਣ ਬਹਿੰਦੀ ਹੈ,
ਤੂੰ ਵੀ ਮੈਂ ਵੀ ਸਿਰਜੇ ਸੱਚੇ ਰੱਬ ਨੇ,
ਧਰਤ-ਅਸਮਾਨ-ਰਿਜਕ ਸਭ ਨੂੰ ਨਿਵਾਜਿਆ ਹੈ,
ਮੈਂ ਤੇ ਇਹੋ ਜਾਣਦੀ ਹਾਂ, ਕੂਕ-ਕੂਕ ਕਹਿੰਦੀ ਹੈ।

ਵੇ ਮਨੁੱਖਾ! ਕੁਦਰਤ ਦੀਆਂ ਮੱਲਾਂ ਕਿੰਨੀਆਂ ਤੂੰ ਮਾਣਦਾ ਹੈਂ।
ਤੇ ਨਵੀਆਂ ਇਜਾਦਾਂ ਵਾਲੇ ਨਿੱਤ ਤੰਬੂ ਤਾਣਦਾ ਹੈਂ,
ਮੇਰਾ ਚੋਗਾ ਤਾਂ ਵੀਰਾ! ਕੁਦਰਤੀ ਹੀ ਦਾਣੇ-ਖਾਣੇ,
ਇਹ ਮਰਜ਼ਾਂ ਕਿੰਝ ਸਹੇੜੇਂ ਜੇ ਇੰਨਾ ਕੁਝ ਜਾਣਦਾ ਹੈਂ?

ਮੈਂ ਕਿਹਾ, "ਨੀ ਚਿੜੀਏ! ਤੂੰ ਕਿੰਨੀ ਵੱਡੀ ਗੱਲ ਕਹਿ ਗਈ,
ਸੋਝੀ ਮੇਰੀ ਜਾਤ ਦੀ ਜਾਣੀ ਲਾਲਚਾਂ ਦੇ ਚੁੱਲ੍ਹੇ ਪੈ ਗਈ।
ਸਭ ਕੁਝ ਛੱਕ ਗਿਆ ਮੈਂ ਵਣ-ਨਹਿਰਾਂ-ਪਰਬਤ ਸਭ,
ਰੱਬ ਨੂੰ ਵੀ ਡੱਬ ਦੱਸਾਂ, ਹੋਰ ਕੀ ਦੱਸ ਕਸਰ ਰਹਿ ਗਈ"।

ਡਰ ਜਿਹੀ ਗਈ ਉਹ, ਉੱਡਣੇ ਨੂੰ ਖੰਭ ਤਾਣੇ,
ਫਿਰ ਜਿਵੇਂ ਪੁੱਛਣੇ ਨੂੰ, ਕੁਝ ਹੋਰ ਦੇਰ ਬਹਿ ਗਈ।
ਹੈਰਾਨ ਜਿਹੀ ਅੱਖਾਂ ਨਾਲ ਮੇਰੇ ਮੂੰਹ ਵੱਲ ਡਿੱਠੇ,
"ਪੌਣ-ਪਾਣੀ-ਧਰਤ ਉੱਤੇ, ਨਰਕ ਪਾਇਆ ਸਾਰੇ ਕਿਤੇ।"

ਪੁੱਛੇ ਉਹ,"ਆਹ ਮਰਜਾਂ ਵੀ ਤੂੰ ਆਪ ਬਣਾਉਣ ਲੱਗੈਂ",
ਸੁਣਿਆ ਸਭ ਜੀਆਂ ਦਾ ਘਾਣ ਕਰ ਹੁਣ ਆਪੇ ਨੂੰ ਸਤਾਉਣ ਲੱਗੈਂ।
ਵੇ ਜਾ ਬਾਬਾ ਮਾਫ਼ ਕਰ, ਤੂੰ ਤਾਂ ਅੰਦਰ ਹੀ ਚੰਗਾ ਹੈਂ,
ਪਸ਼ੂ-ਪੰਛੀਆਂ ਤੋਂ ਵੱਧ ਪਸ਼ੂ ਅਖਾਉਨਾ, ਪਰ ਬੰਦਾ ਹੈਂ ॥

ਸ਼ਰਮ ਜਿਹੀ ਆਈ ਮੈਨੂੰ, ਲਾਹਣਤ ਉਹਨੇ ਪਾਈ ਮੈਨੂੰ,
ਕੀ ਕਰਾਂ ਨੀ ਕੋਇਲੇ ਮੇਰੇ ਜਾਤੀ ਹੀ ਪਲੀਤ ਹੋਈ।
ਸਿੱਧੇ-ਸਰਲ ਜਿਉਣ-ਢੰਗ ਭੁੱਲ ਗਈ ਖ਼ਲਕਤ ਸਾਰੀ,
ਕੁਦਰਤ ਦੇ ਉਲਟ ਚੱਲਣ ਦੀ ਇਹ ਕਿਹੋ ਜਿਹੀ ਰੀਤ ਹੋਈ?

ਕਾਸ਼! ਅਸੀਂ ਭੁੱਲੀਏ ਨਾ ਸਾਰੇ ਹੀ ਕਾਦਿਰ ਦੇ ਬੱਚੇ,
ਲੱਖ-ਲੱਖ ਆਕਾਸ਼ ਸਾਜੇ, ਉਸ ਕਰੋੜਾਂ ਹੀ ਜੀਅ ਰਚੇ।
ਫਿਰ ਕਾਹਨੂੰ ਭੁਗਤੀਏ 'ਕਰੋਨਾ' ਜਿਹੀਆਂ ਆਪਦਾਵਾਂ,
ਧਰਤੀ ਤੇ ਅੰਭਰਾਂ ਨਾਲ ਨਿਭੀਏ ਜੇ ਹੋ ਸੱਚੇ।
ਸਾਂਭ ਲਈਏ ਆਪਣੀਆਂ ਜਾਤ-ਪਰਜਾਤੀਆਂ ਵੀ,
ਨਿਭਾਈਏ ਮਨੁੱਖਤਾ ਤੇ ਸ੍ਰਿਸਟੀ ਨਾਲ ਪਾਈਏ ਪਿਆਰ ਸੱਚੇ।

ਕਿਰਤੀ ਨੂੰ ਮੁਖਾਤਿਬ

ਬਹੁੜ ਛੇਤੀ ਦਿੱਲੀ 'ਉਹ' ਵੰਗਾਰੇ ਤੇਰੀ ਹੋਂਦ ਨੂੰ,
ਮੰਡੀਆਂ ਦੀ ਰੀਤ ਨੂੰ ਤੇ ਫਸਲਾਂ ਦੀ ਵਿਉਂਤ ਨੂੰ।
ਕਿਰਤੀਆ ਵੇ ਸੂਝ ਨੂੰ ਵੀ ਹੱਥ ਪੱਲਾ ਮਾਰ ਵੇ,
ਆਪਣਿਆਂ ਹੱਕਾਂ ਲਈ ਅੱਜ ਹੱਲਾ ਮਾਰ ਵੇ।

ਆਖਨਾ ਹੈਂ ਮਾਂ ਜਿਹੜੀ ਧਰਤੀ-ਜਾਗੀਰ ਨੂੰ,
ਉਹੀ ਚੰਗੀ ਲੱਗੀ ਦਿੱਲੀ ਬੈਠੇ ਵਜ਼ੀਰ ਨੂੰ।
ਮਾੜੀ ਅੱਖ ਰੱਖ ਰਿਹਾ ਉਸ 'ਤੇ ਹੁਕਮਰਾਨ ਵੇ,
ਖ਼ਾਤਮੇ ਦਾ ਤੇਰਾ ਕੱਠਾ ਕਰਕੇ ਸਾਮਾਨ ਵੇ।

ਕਿਸੇ ਜੁਗਤ ਦੇਣੇ ਉਹਨੇ ਕਾਲੇ-ਕਨੂੰਨ ਮੱਥੇ ਮੜ੍ਹ ਵੇ,
ਆਪੇ ਨੂੰ ਸੰਭਾਲ ਮੱਲਾ ਜਾਬਰਾਂ ਨਾਲ ਲੜ੍ਹ ਵੇ।
ਪੰਜਾਬ ਤੇਰਾ, ਪੰਜਾਬੀਅਤ ਤੇਰੀ, ਤੇਰੀ ਪੈਲੀ ਤੇਰਾ ਘਰ ਵੇ,
ਸਰਦਾਰੀਆਂ, ਮਲਕੀਅਤਾਂ ਨੂੰ 'ਉਹ' ਨਹੀਂ ਰਿਹਾ ਜਰ ਵੇ।

ਤੂੰ ਤਾਂ ਸਰਬੱਤ ਦਾ ਭਲਾ ਹਰ ਵੇਲੇ ਚਾਹੁੰਨਾ ਹੈਂ,
ਲੰਗਰ ਲਗਾਵੇਂ ਬਾਬੇ ਦੀ ਰੀਤ ਨਿਭਾਉਨਾ ਹੈਂ।
ਫ਼ਰਜ਼ ਦੇਸ਼ ਵਾਲੇ ਪਹਿਰੇ ਕਰੇਂ ਦਿਨ ਰਾਤ ਵੇ,
ਕਮ-ਅਕਲਾਂ ਤੋਂ ਫਿਰ ਵੀ ਅੱਤਵਾਦੀ ਕਹਾਉਂਨਾ ਹੈਂ।

ਸੱਚਿਆਂ ਦੀ ਆਵਾਜ਼ ਕੁੱਲ ਦੁਨੀਆ 'ਚ ਗੂੰਜੇਗੀ,
ਝੂਠਾਂ ਵਾਲੇ ਰਾਜ ਨੂੰ ਜੜ੍ਹੋਂ ਫੇਰ ਹੂੰਜੇਗੀ।
ਛੱਡੀਂ ਨਾ ਸਬਰ ਸਿਦਕ ਵਾਲੇ ਤੇਰੇ ਕਾਜ ਵੇ,
ਸੱਚਾ-ਪਾਤਸ਼ਾਹ ਹੈ ਰਾਖਾ ਤੇਰਾ, ਰੱਖੂ ਤੇਰੀ ਲਾਜ ਵੇ।

ਪੜ੍ਹ ਲੈ ਧੀਏ!

ਪੜ੍ਹ ਲੈ ਕੁੜੀਏ, ਪੜ੍ਹ ਲੈ ਧੀਏ,
ਆਪਣੇ ਪੈਰਾਂ 'ਤੇ ਖੜ੍ਹ ਲੈ ਧੀਏ।
ਬੱਚੀਏ ਨੀ ਜੇ ਤੂੰ ਪੜ੍ਹ ਜਾਏਂਗੀ,
ਜੀਵਨ-ਜਾਂਚਾਂ ਸਿੱਖ ਜਾਏਂਗੀ।
ਆਪਣੀ ਹੋਂਦ ਨੂੰ ਕੋਈ ਪਹਿਚਾਣ ਦੇ,
ਚੌਗਿਰਦੇ ਨੂੰ ਰੁਸਨਾਏਂਗੀ।

ਸਿੱਖ ਅਲਫ਼ਾਬੈਟ, ਸਿੱਖ ਗੁਰਮੁੱਖੀ,
ਸਿੱਖ ਦੇਵਨਾਗਰੀ ਤੇ ਗਿਣਤੀ ਵੀ।
ਪਾਈਥਾ ਗੋਰਸ ਤੇ ਫਾਰਮੂਲੇ ਸਿੱਖ,
ਸਿੱਖ ਸਿਲਾਈ, ਚਿੱਤਰਕਲਾ ਤੇ ਬੁਣਤੀ ਵੀ।
ਗੁਟਕੇ ਚੋਂ ਬਾਬੇ ਦੀ ਬਾਣੀ ਸਿੱਖ,
ਸਿੱਖ ਜੀਵਨ ਦੀ ਸੱਚੀ ਮਿਣਤੀ ਵੀ।

ਬੇਟਾ ਚਿਰਾਗ ਹੈ ਤਾਂ ਤੂੰ ਲੋਅ ਹੈ ਸਾਡੀ
ਰੌਸ਼ਨ ਕਰ ਘਰ, ਨਾਂ ਤੇ ਮਾਪੇ ਵੀ
ਅਗਲੀ ਪੀੜ੍ਹੀਆਂ ਦੀ ਫ਼ਿਕਰ ਨਾ ਕਰ
ਪੜ੍ਹ ਲੈ ਪਹਿਲੋਂ ਤੂੰ ਆਪੋਂ ਲਈ।

ਤੇਰੀਆਂ ਨਿੱਕੀਆਂ ਡਿੰਗਾਂ ਹਨ ਸਾਡੀ ਖ਼ੁਸ਼ੀ,
ਰੱਖ ਆਪੇ ਦੀ ਕਰਕੇ ਹਿਫ਼ਾਜਤ ਵੀ।
ਸਿੱਖ ਲੈ ਸ੍ਵੈ-ਰੱਖਿਆ ਵੀ ਲਾਜ਼ਮੀ ਤੂੰ,
ਰੱਖ ਸਦਾ ਸਾਂਭ ਕੇ ਇੱਜ਼ਤ ਵੀ।

ਕ੍ਰਿਤ੍ਰਿਮ ਸੂਝ ਦਾ ਯੁੱਗ ਆਇਆ (A.I),
ਦੇ ਕੰਪਿਊਟਰ ਨੂੰ ਟੱਕਰ ਤੂੰ।
ਧਿੱਕਾਰ ਦੇ ਸੜੀਆਂ ਰੀਤਾਂ ਨੂੰ,
ਨੀਵੀਂ ਸੋਚ ਵਾਲਿਆਂ ਨੂੰ ਡੱਕਰ ਤੂੰ।
ਦਾਜ 'ਚ ਦੇਈਏ ਤੈਨੂੰ ਸਾਖ਼ਰਤਾ,
ਕੰਮ ਆਉਂਦੇ ਗੁਣ ਹੀ ਆਖ਼ਰ ਤਾਂ।

ਆਸ

ਆਸ ਹੈ ਕਿ ਦਿਲਾਂ ਦੇ ਸਭ ਰੋਸ ਛੇਤੀ ਮੁੱਕਣਗੇ,
ਕੇਰਦੇ ਹਾਂ ਹੰਝੂ ਵਿੱਚ ਅਫ਼ਸੋਸ ਉਹ ਵੀ ਸੁੱਕਣਗੇ।

ਵੱਸਣਗੇ ਵਿਹੜੇ ਤੇ ਹਾਸਿਆਂ ਦੀ ਗੂੰਜ ਨਾਲ,
ਹੋਣਗੀਆਂ ਦਾਵਤਾਂ ਤੇ ਰੰਗਲੇ ਚੁੱਲ੍ਹੇ ਧੁੱਖਣਗੇ।

ਹੱਕ ਜਿਹੜੇ ਨਾਲ ਮੈਂ ਰੁੱਸਦਾ ਹਾਂ ਤੇਰੇ ਨਾਲ ਨਿੱਤ,
ਉਹ ਹੱਕ ਜ਼ਿੰਦਾਬਾਦ ਰਹਿਣ ਤੇ ਪਿਆਰ ਸਦਾ ਪੁੱਗਣਗੇ।

ਮੁਹੱਬਤਾਂ ਦੀ ਪੌਧ ਮੈਂ ਲਾਈ ਹੈ ਹਰ ਜ਼ਮੀਨ 'ਤੇ
ਪੁੰਗਰਣਗੇ ਉੱਥੇ ਬੋਹੜ ਸ਼ਾਲਾ ਜ਼ਰੂਰ ਉਗੱਣਗੇ।
ਆਸ ਹੈ ਕਿ ਦਿਲਾਂ ਦੇ ਸਭ ਰੋਸ ਛੇਤੀ ਮੁੱਕਣਗੇ।

ਮੰਗ

ਮੇਰੀਆਂ ਮੰਗਾਂ ਦੀ ਫ਼ਹਿਰਿਸਤ,
ਇੰਨੀ ਵੱਡੀ ਕਿਉਂ ਹੈ।
ਸ਼ੁਕਰ-ਸ਼ੁਕਰ ਵੀ ਕਰੀ ਜਾਵਾਂ,
ਪਰ ਝੋਲੀ ਅੱਡੀ ਦੀ ਅੱਡੀ ਕਿਉਂ ਹੈ।

ਸ਼ੁਕਰ ਨਾਲ ਬਾਬਾ ਮੈਨੂੰ,
ਸਬਰ ਵੀ ਅਦਾ ਕਰੀਂ,
ਸਾਂਭ ਸਕਾਂ ਰਹਿਮਤਾਂ ਨੂੰ,
ਨਦਰ ਵੀ ਅਦਾ ਕਰੀਂ।

ਮਿੱਟੀ

ਯਾਦ ਜੋ ਕਰਾਈ ਤੂੰ
ਅੱਜ ਮਿੱਟੀ ਬਾਲਪਨ ਵਾਲੀ
ਸਕੂਲ ਦੇ ਗਰਾਊਂਡਾਂ ਵਿਚਲੀ
ਤੇਰੇ-ਮੇਰੇ ਪੈਰਾਂ ਨਿਚਲੀ
ਮੈਲ਼ਾ ਕਿੱਥੇ ਕਰਦੀ ਸੀ?
ਉਹ ਤਾਂ ਮਿੱਟੀ ਹੀ ਕੁਝ ਹੋਰ ਸੀ

ਸਟੇਜਾਂ ਨੂੰ ਹਿਲਾ ਦਿੰਦੀਆਂ
ਸਖੀਆਂ ਜੋ ਗਿੱਧੇ ਨਾਲ
ਖ਼ੂਨ ਵਿੱਚ ਜਾਨ ਸੀ
ਅੱਡੀ ਵਿੱਚ ਜ਼ੋਰ ਸੀ
ਪੜ੍ਹਨੇ ਦੀ ਲੇਖਣੀ ਦੀ
ਚਾਸ ਲੱਗੀ ਇੱਥੋਂ ਹੀ ਤਾਂ
ਗਿਣਤੀਆਂ ਨਾ ਆਈਆਂ ਮੈਨੂੰ
ਮਿਣਤੀਆਂ ਕੀਕਣ ਕਰਾਂ?
ਦੁਨੀਆਂ ਦੀ ਜਾਂਚ
ਸਿੱਖਣੇ ਦੀ ਤਾਂਘ ਲੱਗੀ
ਵਕਤ ਦੇ ਕਸੀਦੇ ਦੀਆਂ
ਬੁਣਤੀਆਂ ਕੀਕਣ ਕਰਾਂ?

ਸਿੱਖਣੇ ਦੀ ਭੁੱਖ
ਮੇਰੇ ਵਿਚਲੀ ਜੋ ਬਾਲੜੀ ਨੂੰ
ਅੱਜ ਵੀ ਨਾ ਪੂਰੀ ਹੋਈ
ਪਹਿਲਾਂ ਭਾਵੇਂ ਹੋਰ ਸੀ

ਜ਼ਿੰਦਗੀ ਦੀ ਪ੍ਰੀਖਿਆ ਵਿੱਚ
ਨੰਬਰ ਆਉਂਦੇ ਘੱਟ ਜਦ,
ਹੰਝੂ ਭਰੀਆਂ ਅੱਖਾਂ ਨਾਲ
ਮੈਂ ਉਸੇ ਪੀਂਘ 'ਤੇ ਜਾਂ ਬੈਠਾਂ
ਜਿੱਥੇ ਮੇਰੀਆਂ ਸਖੀਆਂ
ਉਡੀਕ ਕਰਦੀਆਂ ਮੇਰੀ
ਅੰਬਰਾਂ 'ਚ ਹੁਲਾਰੇ ਲਵਾਂ
ਮੈਂ ਮੇਰੀਆਂ ਭੈਣਾਂ ਨਾਲ
ਹਰ ਫ਼ਿਕਰ ਹਵਾ ਹੋ ਜਾਂਦੀ
ਉਹ ਕਿਹੋ ਜਿਹੀ ਲੋਰ ਸੀ
ਕਿਹੋ ਜਿਹੇ ਝੂਟੇ ਹੁੰਦੇ
ਉਹ ਕਿਹੋ ਜਿਹੀ ਲੋਰ ਸੀ

ਯਾਦ ਜੋ ਕਰਾਈ ਤੂੰ
ਅੱਜ ਮਿੱਟੀ ਬਾਲਪਨ ਵਾਲੀ
ਉਹ ਤਾਂ ਮਿੱਟੀ ਹੀ ਕੁਝ ਹੋਰ ਸੀ।

ਰਜੋਨਿਵਿਰਤੀ

ਵਹਿੰਦੇ-ਵਹਿੰਦੇ ਵਹਿਣਾ ਵਿੱਚ,
ਇਹ ਕਿਹੋ ਜਿਹਾ ਮੋੜ ਆ ਗਿਆ?
ਤੁਰਦਿਆਂ-ਤੁਰਦਿਆਂ ਮਸਤੀ ਵਿੱਚ,
ਜਿਵੇਂ ਪੈਰਾਂ ਹੇਠਾਂ ਰੋੜ ਆ ਗਿਆ।

ਜਿਵੇਂ ਗੰਗੋਤਰੀ ਦੀ ਲੋੜ ਗੰਗਾ ਨੂੰ,
ਬੰਗਾਲ ਖਾੜੀ ਦੀ ਵੀ ਲੋੜ ਹੋਵੇਗੀ।
ਵਾਧ-ਘਾਟ ਕੋਈ ਆਦਿ 'ਚ ਵੀ ਸੀ,
ਤੇ ਅੰਤ 'ਚ ਵੀ ਵਾਧਾ-ਥੋੜ ਹੋਵੇਗੀ।

ਵਾਹ! ਨੀ ਦੇਹੇ! ਤੇਰੀਆਂ ਰੁੱਤਾਂ,
ਕਦੇ ਸਾਉਣ ਤੇ ਕਦੇ ਪੋਹ।
ਮੱਕੀ ਭੁੱਜਦੀ ਜਿਹੇ ਕਿਤੇ ਕਿਰਦੇ ਹਾਸੇ,
ਕਦੇ ਭੂਤਰੇ ਸਾਨ੍ਹਾਂ ਜਿਹਾ ਰੋਹ।

ਕਿੰਨੀਆਂ ਚੁਰਾਸੀਆਂ ਕੱਟੀਆਂ ਨੇ ਮੈਂ,
ਤਾਂ ਜਾ ਕੇ ਇਹ ਜੂਨ ਮਿਲੀ ਹੈ।
ਜਿਉਣ ਜੋਗੀਏ ਜਿਉਣਾ ਸਿੱਖ ਲੈ,
ਜਾਣ ਤੋਂ ਪਹਿਲਾਂ ਇਹੀ ਆਸ ਦਿਲੀ ਹੈ।

ਤੁਰਨਾ ਸਿੱਖ ਰਹੀ ਹਾਂ

ਵੇਖਿਆ ਸ਼ੀਸ਼ਾ ਇੱਕ ਅਰਸੇ ਬਾਅਦ,
ਕੁੱਝ ਵੱਖਰੀ ਜਿਹੀ ਹੀ ਦਿੱਖ ਰਹੀ ਹਾਂ,
ਚਿਹਰੇ ਦੇ ਨਿਰੋਲ ਪੰਨਿਆਂ 'ਤੇ,
ਕੀ ਵਕਤ ਦੀਆਂ ਸੱਟਾਂ ਲਿਖ ਰਹੀ ਹਾਂ?
ਦੋ ਦਹਾਕੇ ਭੱਜਦੀ ਰਹੀ ਜਿਸ ਘਰ ਦੇ ਕੰਮਾਂ ਵਿੱਚ,
ਉੱਥੇ ਫ਼ਿਰ ਤੋਂ ਤੁਰਨਾ ਸਿੱਖ ਰਹੀ ਹਾਂ

ਪਤੀ ਦੇਵ ਵੀ ਕੁਝ ਡਰੇ ਹੋਏ
ਭਾਵਨਾਵਾਂ ਨਾਲ ਭਰੇ ਹੋਏ
ਨਵੇਂ ਜਿਹੇ ਕਵਿਤ ਕੁਝ ਪੜ੍ਹਨ ਲੱਗੇ,
ਤਿਮਾਰਦਾਰੀ ਕਿੰਨੀ ਕਰਨ ਲੱਗੇ,
ਮੇਰੇ ਮਾਹੀਆ ਮੇਰੇ ਖੰਭ ਹੈਂ ਤੂੰ
ਤੇਰੇ ਨਾਲ ਉੱਡਣਾ ਸਿੱਖ ਰਹੀ ਹਾਂ

ਮੇਰੇ ਕਾਕੇ ਦੇ, ਮੇਰੀ ਗੁੱਡੀ ਦੇ ਪਹਿਲੇ ਕਦਮ,
ਯਾਦ ਨੇ ਇੰਨ ਬਿੰਨ ਮੈਨੂੰ
ਤਾਰੀਖਾਂ ਸਾਰੀਆਂ ਚੇਤੇ ਨੇ
ਯਾਦ ਨੇ ਕੁਝ ਖ਼ਾਸ ਦਿਨ ਮੈਨੂੰ
ਬੱਚਿਆਂ ਦੀ ਬੱਚੀ ਬਣ ਗਈ ਹਾਂ,
ਮਾਣ ਘੂਰ ਦਾ ਉਹਨਾਂ ਦੀ ਨਿੱਘ ਰਹੀ ਹਾਂ
ਬੱਚਿਆਂ ਦੀ ਉਂਗਲ ਫੜ ਕੇ ਮੈਂ
ਅੱਜ ਫ਼ਿਰ ਤੋਂ ਤੁਰਨਾ ਸਿੱਖ ਰਹੀ ਹਾਂ।

ਪੰਜਾਬੀ: ਮੇਰੀ ਮਾਂ! ਮੇਰੀ ਬੋਲੀ!

ਹਾਲੇ ਤਾਂ ਮੈਂ ਮਾਏ ਤੇਰਾ 'ਊੜਾ' ਸਿੱਖਦੀ ਹਾਂ
ਕੇਸ ਸਾਂਭਣੇ ਦਾ ਨਹੀਂ ਚੱਜ ਤੇ ਕਰਨਾ ਜੂੜਾ ਸਿੱਖਦੀ ਹਾਂ...

ਬਾਬੇ ਮਿਹਰ ਕਰੀਂ, ਹੱਥ ਕਲਮ ਬਖ਼ਸ਼ੀ
ਜੋ ਜ਼ੁਬਾਨ ਨਾ ਕਹੇ, ਪਰ ਵਿਚਾਰਾਂ ਵਿੱਚ ਸੀ
ਉਹ ਗੱਲਾਂ ਕਿਹੜੀ ਤਰਤੀਬ ਨਾਲ ਕਹਿਣੀ...
ਮੈਨੂੰ ਕਵਿਤਾ ਤੇ ਵਾਰਤਕ ਦਾ ਇਲਮ ਬਖ਼ਸ਼ੀਂ
ਵਾਰਸ ਸ਼ਾਹ ਦੀ ਪੜ੍ਹ ਹੀਰ ਤੇ ਸ਼ਿਵ ਦੀ ਲੂਣਾ ਸਿੱਖਦੀ ਹਾਂ...

ਮਾਏ! ਤੂੰ ਦਸਦੀਂ ਹੈਂ, ਮੇਰੀ ਧਰਤ ਹੈ ਜੋ
ਇੱਥੇ ਕਲਮ ਤੇ ਜ਼ੁਬਾਨ ਦੋਵੇਂ ਬੜੇ ਨੇ ਅਮੀਰ।
...ਤੇ ਕਲਮ ਰਾਹੀਂ ਜੁੱਗੋ-ਜੁਗ ਅਟੱਲ ਗੁਰੂ ਬਖ਼ਸ਼ ਗਏ ਸਾਨੂੰ
ਸੰਤ, ਸੂਫ਼ੀ, ਗੁਰੂ-ਪੀਰ, ਯੋਧੇ ਵੀਰ ਤੇ ਫ਼ਕੀਰ।
ਸਿੱਖਦੇ-ਸਿੱਖਦੇ ਸਿੱਖ ਹੋ ਜਾਣ ਦਾ ਪਾਠ ਗੂੜ੍ਹਾ ਸਿੱਖਦੀ ਹਾਂ...

ਕਸ਼ਮੀਰ ਤੋਂ ਖ਼ੈਬਰਾਂ ਤੱਕ ਸੀ ਤੇਰੇ ਝੰਡੇ ਝੂਲਦੇ...
ਫੇ' ਕਿਵੇਂ ਹੋ ਗਈ ਖੇਰੂੰ-ਖੇਰੂ ਨੀ ਤੂੰ ਡਾਹਢੀ ਹੈਂ ਭੋਲੀ
ਬੇਇਲਮਿਆਂ ਦੇ ਧੱਕੇ ਕਿਵੇਂ ਚੜ੍ਹ ਗਈ?
ਮੇਰੀ ਸਿੱਖੀ, ਮੇਰੀ ਸਿੱਖਿਆ ਤੇ ਮੇਰੀ ਮਾਂ ਬੋਲੀ...
ਹਾਲੇ ਤਾਂ ਮੈਂ ਮਾਏ ਤੇਰਾ 'ਊੜਾ' ਸਿੱਖਦੀ ਹਾਂ...

ਸਵਾਲ ਬੇਪਨਾਹ, ਬੇਅੰਤ ਹਿਸਾਬਾਂ 'ਚ ਘਿਰੇ ਰਹੀਦਾ
ਕਦੋਂ ਬੋਲੀਦਾ ਤੇ ਦੱਸੀਂ, ਕਦੋਂ ਚੁੱਪ ਰਹੀਦਾ...
ਤੈਥੋਂ ਜੀਵਨ ਜੀਵਣੇ ਦੀਆਂ ਜੋੜਾਂ-ਤੋੜਾਂ ਸਿੱਖਦੀ ਹਾਂ,
ਪਰ ਹਾਲੇ ਤਾਂ ਮੈਂ ਮਾਏ ਕੇਵਲ 'ਊੜਾ' ਸਿੱਖਦੀ ਹਾਂ,
ਕੇਸ ਸਾਂਭਣੇ ਦਾ ਨਹੀਂ ਚੱਜ ਤੇ ਕਰਨਾ ਜੂੜਾ ਸਿੱਖਦੀ ਹਾਂ...

ਪੁੱਤਰ ਨੂੰ ਵਧਾਈ!

ਵਧਾਈ! ਮੁਬਾਰਕ! ਬਾਲ ਮੇਰੇ!
ਆ ਮੱਥਾ ਚੁੰਮਾਂ ਲਾਲ ਮੇਰੇ!

ਧੌਲੇ ਛੂੜੀਆਂ ਮਿਹਨਤ ਦੀ ਖੱਟੀ ਨੇ,
ਵਿਅਰਥ ਨਹੀਂ ਗਏ ਸਾਲ ਮੇਰੇ!

ਅਸੀਂ ਜਦ ਕਦੇ ਵੀ ਡੋਲ ਗਏ,
ਮਹਾਰਾਜ ਸੀ ਅੰਗ-ਸੰਗ ਨਾਲ ਮੇਰੇ!

ਪਿਓ-ਦਾਦੇ ਦਾ ਨਾਂ ਕਰੀਂ ਰੌਸ਼ਨ,
ਨਿੱਤ ਨਵੀਆਂ ਮੱਲਾਂ ਮਾਰ ਮੱਲਾ
ਦੁਨੀਆਂ ਦੀਆਂ ਭੈੜੀਆਂ ਜੰਗਾਂ ਵਿੱਚ
ਤੁਸੀਂ ਬਣ ਕੇ ਨਿੱਤਰੇ ਢਾਲ ਮੇਰੇ!

ਇਸ ਮਾਣ ਦੀ ਮਾਲਕ ਲੱਜ ਰੱਖੇ
ਸਦਾ ਚੜ੍ਹਦੀ ਕਲਾ 'ਚ ਹਾਲ ਮੇਰੇ!

ਕਾਕੇ ਤੋਂ ਸਰਦਾਰ ਕਰਦਿਆਂ ਦੇ
ਤੀਆਂ ਜਿਹੇ ਗੁਜ਼ਰੇ ਸਾਲ ਮੇਰੇ!

ਤੇਰੀ ਕਮਲੀ-ਰਮਲੀ ਨੂੰ ਭਾਗ ਲਾਏ,
ਬਾਬਾ ਕਮਾਲ ਹੈਂ ਤੂੰ... ਬਾਕਮਾਲ ਮੇਰੇ!

ਅਧਿਆਏ -2

ਜਾਣ-ਪਛਾਣ

ਹਰ ਧਰਮ ਆਪਣੇ-ਆਪ 'ਚ ਮਨੁੱਖ ਨੂੰ ਜਿਉਣ-ਜਾਂਚ ਸਿਖਾਉਂਦਾ ਹੈ। ਧਰਮਾਂ ਦੇ ਵੱਖੋ-ਵੱਖਰੇ ਫਲਸਫ਼ੇ ਰਹੇ ਹਨ। ਪੁਰਾਤਨ ਧਰਮਾਂ ਨੂੰ ਨਵੇਂ ਧਰਮ ਨਕਾਰਦੇ ਤੇ ਵੰਗਾਰਦੇ ਰਹੇ ਤੇ ਧਰਮਾਂ ਨੂੰ, ਰੱਬ ਨੂੰ, ਨਾਸਤਿਕ ਲੋਕ। ਮੇਰੀ ਨਿੱਕੀ ਸੂਝ ਨਾਲ ਮੈਂ ਤਾਂ ਇਹੀ ਸਮਝੀ ਹਾਂ ਕਿ ਮੇਰੇ ਵੱਡੇ ਭਾਗ ਹਨ ਜੋ ਮੈਂ ਸਿੱਖ ਧਰਮ 'ਚ ਜੰਮੀ, ਪਲੀ, ਵਿਆਹੀ ਗਈ। ਗੁਰੂ ਨਾਨਕ ਸਾਹਿਬ, ਗੁਰੂ ਸਾਹਿਬ ਦੇ ਨੌ ਪਾਤਸ਼ਾਹੀ ਰੂਪ, ਤੇ ਸਭਨਾਂ ਗੁਰੂਆਂ ਦੀ ਜਾਗਦੀ ਜੋਤ ਜੁੱਗੋ-ਜੁੱਗ ਅਟੱਲ ਸ੍ਰੀ ਗੁਰੂ ਗ੍ਰੰਥ ਸਾਹਿਬ ਬਾਰੇ ਕੁਝ ਗਿਆਨ ਪ੍ਰਾਪਤ ਕਰ ਸਕੀ ਤੇ ਸਦਾ ਹੀ ਕਰਨ ਦੀ ਕੋਸ਼ਿਸ ਕਰਦੀ ਰਹਾਂਗੀ। ਗੁਰੂ ਗ੍ਰੰਥ ਸਾਹਿਬ ਪੀੜ੍ਹੀ ਦਰ ਪੀੜ੍ਹੀ ਮਨੁੱਖਤਾ ਨੂੰ ਹਨ੍ਹੇਰਿਆਂ ਚੋਂ, ਅਗਿਆਨਤਾ ਚੋਂ, ਮਨੁੱਖੀ ਵਿਤਕਰਿਆਂ ਚੋਂ ਕੱਢਦੇ ਰਹਿਣਗੇ। ਲੋੜ ਹੈ ਸਿਰਫ਼ ਸਮਾਂ ਦੇਣ ਦੀ (ਸੰਜੀਦਗੀ ਨਾਲ), ਗੁਰਬਾਣੀ ਨੂੰ ਗੁਰੂਆਂ ਦੀ ਮਾਰਗ ਦਰਸ਼ਕ ਵਾਂਗ ਸਮਝ ਕੇ ਜਿਉਣ 'ਚ ਲਿਆਉਣ ਦੀ। ਇਸੇ ਵਿਚਾਰ ਤੇ ਇੱਕ ਨਿਮਾਣੀ ਕੋਸ਼ਿਸ਼.... ਮੈਂ ਸਿੱਖ ਧੀ ਹੋਣ ਨਾਅਤੇ ਜੋ ਸਮਝ ਸਕੀ ਹਾਂ ਮੇਰੇ ਬਾਬਾ ਜੀ ਨੂੰ। ਮੇਰੇ ਲਈ ਸਿੱਖੀ ਕੀ ਹੈ ਇਹ ਮੇਰਾ ਨਿਮਾਣਾ ਨਜ਼ਰੀਆ ਹੈ।

ਨਾਨਕ ਆਦਿ ਜੁਗਾਦਿ ਜੀਉ

ਮੈਂ ਨਾਨਕ ਦਾ ਧੀ-ਪੁੱਤਰ,
ਦੇ ਰਹੁ-ਰੀਤਾਂ ਦੇ ਉੱਤਰ।
ਮੈਂ ਪ੍ਰਸ਼ਨ-ਚਿੰਨ੍ਹ ਬਣ ਕੇ,
ਸਦਾ ਵੰਗਾਰਦਾ ਰਹਾਂਗਾ।

ਛੂਠਾ ਹੀ ਰਹੂ ਤੇਰਾ ਜੰਞੂ,
ਤੇ ਅਪਰਾਧੀ ਤੇਰਾ ਗੰਗੂ।
ਜ਼ੁਲਮ ਸਦਾ ਕਟਘਰੇ 'ਚ,
ਤੇ ਮੈਂ ਸਵਾਲਦਾ ਰਹਾਂਗਾ।
ਮੈਂ ਨਾਨਕ ਦਾ ਧੀ-ਪੁੱਤਰ...

ਮੈਂ ਤਾਂ ਇੱਕਤਾ ਦਾ ਰਹਿਬਰ,
ਕੀ ਜਾਣਾ ਰੰਗ-ਭੇਦ-ਜਾਤਾਂ।
ਕਰਮ ਮਜ਼ਹਬ ਤੇ ਕਿਰਤ ਇਬਾਦਤ,
ਕੀ ਜਾਣਾ ਡੰਡਾਉਤਾਂ ਤੇ ਤਸਵੀਆਂ,
ਕਉਤਕ ਤੇ ਕਰਾਮਾਤਾਂ।
ਸਾਰੇ ਕਰਮ ਕਾਂਡ ਛੱਡੋ,
ਇਹੀ ਪੁਕਾਰਦਾ ਰਹਾਂਗਾ।
ਮੈਂ ਨਾਨਕ ਦਾ ਧੀ-ਪੁੱਤਰ...

ਕਿਵੇਂ ਹੱਦਾਂ ਬੰਨ੍ਹ ਦਿੱਤੀਆਂ

ਕਿਸੇ ਸ਼ਾਤਿਰ ਹਾਕਮ ਨੇ

ਤੇ ਤ੍ਰੇੜ ਡੂੰਘੀ ਹੋਈ ਹੋਰ ਵੀ ਜਾਤ-ਮਜ਼ਹਬ ਦੀ

ਮਨੁੱਖ ਦੇ ਅੰਦਰਲੇ ਮਨੁੱਖ ਲਈ,

ਹਾਅ ਦਾ ਨਾਅਰਾ ਮਾਰਦਾ ਰਹਾਂਗਾ

ਮੈਂ ਨਾਨਕ ਦਾ ਧੀ-ਪੁੱਤਰ...

ਜੋ ਅੱਜ ਵੀ ਜਲ਼ ਰਹੀਆਂ ਨੇ
ਵਿਤਕਰਿਆਂ ਦੀ ਅੱਗ ਵਿੱਚ,
ਉਹ ਨਾਰਾਂ, ਮਾਵਾਂ-ਭੈਣਾਂ ਨੂੰ ਮੈਂ-ਮੇਰੀ ਰਾਹ 'ਤੇ
ਸਦਾ ਪੁਕਾਰਦਾ ਰਹਾਂਗਾ।
ਮੈਂ ਨਾਨਕ ਦਾ ਧੀ-ਪੁੱਤਰ...

ਕੀ ਨਸਲਕੁਸ਼ੀ ਕਰ ਲਉ,
ਕੀ 1762, ਕੀ 1984?
1499 'ਚ ਸ਼ੁਰੂ ਹੋਈ ਸੀ
ਅਜੇ ਚੱਲ ਰਹੀ ਹੈ ਉਦਾਸੀ
ਬ੍ਰਹਮੰਡ ਦੀ ਪੈੜ੍ਹ-ਨੱਪਦਾ,
ਹਰ ਕਰਮ-ਕਾਂਡ ਭੰਡਦਾ
ਸੁਖਾਲੇ ਜੀਵਨ ਦਾ ਨਾਂ ਹੈ ਸਿੱਖੀ
ਇਹੀ ਪ੍ਰਚਾਰਦਾ ਰਹਾਂਗਾ
ਮੈਂ ਨਾਨਕ ਦਾ ਧੀ-ਪੁੱਤਰ...
ਦੇ ਰਹੁ-ਰੀਤਾਂ ਦੇ ਉੱਤਰ.....!

ਅਸਲ-ਨਕਲ ਦੀ ਪਰਖ

ਕਬਰਾਂ ਤੇ ਮੜ੍ਹੀਆਂ ’ਤੇ ਲਗਦੇ ਜੋ ਜੋੜ ਮੇਲੇ
ਸੁਲਫ਼ਿਆਂ ਨੇ ਸੁਆਂਹ ਕੀਤਾ, ਮੁਰੀਦ ਹੋਇਆ ਚਿਲਮ ਦਾ

ਡੇਰਿਆਂ ’ਤੇ ਵਰਤਦੇ ਚਮਤਕਾਰ ਸੁਣਿਐ ਬਾਹਲੜੇ,
ਕੀ ਕਰਾਂ ਤੇਰੀ ਮੱਤ ’ਤੇ ਫਿਰੇ ਕਾਲੇ ਇਲਮ ਦਾ?

ਕਿਹੜੀਆਂ ਰਾਹਾਂ ਦਾ ਰਾਹੀ ਹੋ ਤੁਰਿਐਂ ਤੂੰ ਵੇ ਮਨਾਂ?
ਰੋਣਾ ਰੋਈ ਜਾਨੈਂ ਜ਼ਮਾਨੇ ਦਾ, ਕਲਜੁਗ ਦੇ ਜ਼ਬਰ-ਜ਼ੁਲਮ ਦਾ

ਛੱਕ ਕੇ ਲੰਗਰ ਗੁਰੂ ਘਰਾਂ 'ਚ ਪੱਲਾ ਝਾੜ ਕੇ ਉੱਠ ਜਾਨੈਂ
ਮੰਤਰ ਵਾਂਗ ਨਾ ਜਪ 'ਜਪੁਜੀ', ਸਮਝਿਆ ਕੀ ਹੈਂ ਧਰਮ ਦਾ?

ਧੁਰ ਕੀ ਬਾਣੀ, ਗੁਰ ਕੀ ਬਾਣੀ, ਜਿਉਣ-ਜਾਂਚ ਦਾ ਵਿਗਿਆਨ
ਅੰਤ ਫੌਤ ਕਰੇ ਤੇਰੇ ਡਰਾਂ ਦਾ ਤੇਰੇ ਭਰਮ ਦਾ!!

ਜੋ ਜਗਾਵੇ ਮੇਰੇ ਅੰਦਰ ਜੋਤ ਕੋਈ ਅਕਾਲ ਦੀ...
ਸ਼ਤ ਸ਼ਤ ਨਮਨ ਕਰਾਂ, ਜੋ ਕੰਮ ਕਰੇ ਮਲਹਮ ਦਾ।

ਤੇਗਾਂ ਦੀਆਂ ਤਾਕਤਾਂ ਹੀ ਨਹੀਂ ਕੱਲੀ ਦਾਤ 'ਉਹਦੀ'
ਤਖ਼ਤ ਵੀ ਥਰ-ਥਰ ਕੰਬਾ ਦੇਵੇ....
ਇਲਾਹੀ 'ਜ਼ਫ਼ਰਨਾਮਾ' ਮੇਰੇ ਪਾਤਸ਼ਾਹ ਦੀ ਕਲਮ ਦਾ

ਗਿਆਨ ਦੇ ਸਾਗਰ 'ਚੋ ਉਂਜਲ ਭਰ ਹੀ ਸਮਝਣ ਦੀ ਤੌਫ਼ੀਕ ਮੰਗ...
ਖਰਾ-ਖੋਟਾ ਪਰਖਣਾ ਸਿੱਖ, ਪਤਾ ਲੱਗ ਜੂ ਅਸਲ-ਨਕਲ ਦਾ

ਕੱਲੀਆਂ ਸਾਲਾਨਾ ਬਰਸੀਆਂ ਜੋਗੀ ਨਹੀਂ ਹੈ ਕੰਧ ਸਰਹਿੰਦ ਦੀ
ਰੋਜ਼ ਉਸ ਰਾਹ 'ਤੇ ਤੁਰ ਕੇ ਹੀ ਲੇਖ ਬਦਲੂ ਨਸਲ ਦਾ।

ਅਧਿਆਏ -3

ਪਰਵਾਸ

'ਪਰਵਾਸ' ਜਾਣੀ ਕਿ ਪਰਦੇਸ 'ਚ ਨਿਵਾਸ ਜਾਂ ਸੌਖਿਆਂ ਸ਼ਬਦਾਂ 'ਚ ਪਰਦੇਸ ਵੱਸ ਜਾਣਾ। ਮੁੱਢ ਕਦੀਮੀ ਹੀ ਮਨੁੱਖ ਨੂੰ ਰੋਟੀ ਤੇ ਰੁਜ਼ਗਾਰ ਕੁੱਲੀ-ਜੁੱਲੀ ਜੋੜਨ ਲਈ ਕਈ ਵਾਰ ਆਪਣੀ ਮਾਤਰ ਭੂਮੀ ਨੂੰ ਛੱਡ ਕੇ ਕਿਤੇ ਹੋਰ ਜਾਣਾ ਪੈਂਦਾ ਹੈ। ਆਪਣੇ ਦੇਸ਼, ਆਪਣੀ ਮਿੱਟੀ, ਆਪਣੀ ਜੀਵਨ-ਸ਼ੈਲੀ, ਆਪਣਾ ਸਮਾਜ, ਚਾਰ ਚੁਫੇਰਾ, ਪਰਿਵਾਰ ਛੱਡਣਾ ਪੈਂਦਾ ਹੈ। ਹੋਰ ਨਸਲਾਂ ਨਾਲੋਂ ਭਾਰਤੀ ਜ਼ਮੀਨ ਤੇ ਪੰਜਾਬ 'ਚ ਪਰਵਾਸ ਦਾ ਰੁਝਾਨ ਸਦੀਆਂ ਤੋਂ ਕੁਝ ਜ਼ਿਆਦਾ ਚੱਲਿਆ ਆਇਆ ਹੈ। ਪੰਜਾਬੀ ਹਿੰਮਤੀ, ਚੰਗੇ ਜੁੱਸਿਆ ਵਾਲੇ, ਹਮਦਰਦ ਤੇ ਮਨੁੱਖਤਾ ਪ੍ਰੇਮੀ ਲੋਕ ਹਨ (ਬਹੁਤੇ!) ਉਹ ਜਿਗਰੇ ਤੇ ਚੰਗੇ ਇਨਸਾਨੀ ਅਸੂਲਾਂ ਵਾਲੇ ਤੇ ਹਰ ਹਾਲ 'ਚ ਸ਼ੁਕਰ ਕਰਨ ਵਾਲੀਆਂ ਕੌਮਾਂ 'ਚੋ ਹਨ।

ਸ਼ੌਕੀਨ ਵੀ... ਚੰਗਾ ਭੋਜਨ, ਚੰਗੇ ਬਾਣੇ, ਚੰਗੇ ਘਰ, ਚੰਗੇ ਕਰਮ-ਖੇਤਰ, ਚੰਗਾ ਸਮਾਜ ਇਹੀ ਲੋਚਦੇ ਹਨ। ਆਪਣੇ ਜਜ਼ਬੇ ਨਾਲ ਬਹੁਤੀਆਂ ਥਾਵਾਂ 'ਤੇ ਇਹਨਾਂ ਵੀਰਾਂ ਨੇ ਆਪਣੇ ਨਾਂ ਦੇ ਝੰਡੇ ਵੀ ਗੱਡੇ ਹਨ। ਵਿਦੇਸ਼ਾਂ 'ਚ ਸਾਈਨ ਬੋਰਡਾਂ 'ਤੇ ਪੰਜਾਬੀ ਲਿਖੀ ਦੇਖੀ, ਪੱਗਾਂ ਬੰਨ੍ਹੀ ਤੇ ਦਾਹੜੇ ਪ੍ਰਕਾਸ਼ ਕੀਤੇ ਹੋਏ ਵੱਡੇ-ਵੱਡੇ ਅਹੁਦਿਆਂ 'ਤੇ ਪਹੁੰਚੇ ਪੰਜਾਬੀ ਮੂਲ ਵਾਲਿਆਂ ਨੂੰ ਦੇਖ ਕੇ ਮਾਣ 'ਚ ਗਿੱਬੇ ਜਾਈਦਾ ਹੈ, ਮੇਰੀ ਧਰਤੀ ਦੇ ਜਾਇਆਂ 'ਤੇ। ਇਹ ਉਹ ਬੂਟੇ ਨੇ ਜਿਹੜੇ ਪੱਟ ਕੇ ਕਿਤੇ ਵੀ ਲੈ ਜਾਓ.... ਹਰੇ ਹੋ ਜਾਂਦੇਂ ਨੇ... ਨਵੀਂ ਆਬੋ-ਹਵਾ 'ਚ ਜੜ੍ਹਾਂ ਫੜ ਲੈਂਦੇ ਨੇ ਤੇ ਆਪਣੇ ਚੌਗਿਰਦੇ 'ਚ ਆਪਣੀ ਛਾਂ ਵਰਤਾਉਂਦੇ ਨੇ। ਇਹ ਤਾਂ ਹੋਈ ਜਾਣ ਵਾਲਿਆਂ ਦੀ ਗੱਲ। ਤੇ ਪਿੱਛੇ ਮੇਰੀ ਜ਼ਮੀਨ, ਪੰਜਾਬ ਦੇ ਪਿੰਡ-ਸ਼ਹਿਰ, ਨਦੀਆਂ ਤੇ ਬਸ਼ਿੰਦੇ ਟੱਬਰਾਂ 'ਚੋਂ ਗਏ ਧੀਆਂ-ਪੁੱਤਾਂ ਨੂੰ ਪਹਿਲੋਂ ਭੇਜਣ ਲਗੇ ਰੋਂਦੇ ਨੇ, ਫਿਰ ਉਹਨਾਂ ਤੋਂ ਬਗੈਰ ਜੋ

ਖਲਾਅ ਹੋ ਜਾਂਦਾ ਹੈ ਉਸਨੂੰ ਇੱਕ-ਦੂਜੇ ਨਾਲ ਭਰਨ ਦੀ ਨਾਕਾਮਯਾਬ ਕੋਸ਼ਿਸ ਕਰਦੇ ਨੇ। ਇੱਕ ਉਡੀਕ 'ਤੇ ਜਾਂ ਇੱਕ ਘ੍ਰਿਣਾ ਵਧੇਰੇ ਪਿੱਛੇ ਬੈਠਿਆਂ ਦੇ ਦਿਲਾਂ 'ਚ, ਵਰਤਾਰੇ 'ਚ ਤੇ ਜਿੰਦਗੀ 'ਚ ਹੋ ਹੀ ਜਾਂਦੀ ਹੈ।

ਕਿਉਂ? ਕੀ? ਕਿੱਦਾਂ? ਕਿਵੇਂ? ਚਲਿਆ ਗਿਆ ਸਾਡਾ ਪੁੱਤ, ਵੀਰ, ਪਤੀ ਜਾਂ ਮਿੱਤਰ? ਇਹ ਸਵਾਲ ਸਦਾ ਸਾਡੇ ਮੂੰਹ ਵੱਲ ਦੇਖਦੇ ਹਨ। ਕਈ ਜਵਾਬ ਸਰਲ ਹਨ ਕਈ ਬਹੁਤ ਗੁੰਝੇ। ਇੱਕ ਸਮਾਂ ਸੀ ਪੰਜਾਬ ਦੇ ਲਗਭਗ ਹਰ ਪਰਿਵਾਰ ਦਾ ਘੱਟੋ ਘੱਟ ਇੱਕ ਬੇਟਾ ਭਾਰਤੀ ਫੌਜ 'ਚ ਹੁੰਦਾ ਸੀ, ਸਾਰਾ ਲਾਣਾ ਉਸ 'ਤੇ ਫ਼ਖ਼ਰ ਮਹਿਸੂਸ ਕਰਦਾ। ਸਰਕਾਰਾਂ ਨੇ ਤੇ ਹਾਲਾਤਾਂ ਨੇ ਅਜਿਹੀ ਹਵਾ ਤੋਰੀ ਕਿ ਪਿਛਲੇ ਦਹਾਕਿਆਂ 'ਚ ਹੁਣ ਪੰਜਾਬ ਦਾ ਸੱਚ ਕੁਝ ਹੋਰ ਹੀ ਹੈ। ਹਰ ਪਰਿਵਾਰ ਦਾ ਕੋਈ ਨਾ ਕੋਈ ਪਰਦੇਸੀ ਹੈ ਤੇ ਉਹ ਦੂਰ ਪੈਂਡਿਆਂ ਵਾਲੇ ਰਿਸ਼ਤਿਆਂ ਦੇ ਦੁੱਖ, ਖਿੱਚ ਤੇ ਧੂਹ ਸਭ ਮਹਿਸੂਸ ਕਰ ਸਕਦੇ ਨੇ। ਕੁਝ ਰਚਨਾਵਾਂ ਪਰਵਾਸੀ ਵੀਰ-ਭੈਣਾਂ ਭਰਜਾਈਆਂ ਤੇ ਕੁਝ ਪਿੱਛੇ ਤੜਫਦੇ ਦਿਲਾਂ ਲਈ

ਪੰਜਾਬ ਪੁਕਾਰੇ

ਅਖੇ ਗੰਧਲੀ ਹੋਈ ਹਵਾ ਹੈ ਇੱਥੇ,
'ਤੇ ਮਿੱਟੀ ਹੋਈ ਪਲੀਤ।
ਪਾਣੀਆਂ ਦੀ ਤਾਂ ਗੱਲ ਨਾ ਛੇੜੋ,
ਕਾਣੀ ਵੰਡ ਦੀ ਹੀ ਚਲਣੀ ਰੀਤ।
ਪਰ ਜੇ ਤੇਰੀ ਕਰਮ ਚੰਗਿਆਂ ਦੀ,
ਬਣ ਜਾਏ ਵੇ ਨੀਤ।
ਸਾਰੇ ਤੱਤ ਕਿਰਤਾਂ 'ਤੇ ਖ਼ਰਚੋ,
ਲਿਖ ਨਵਾਂ ਕਿਸਮਤ ਦਾ ਗੀਤ
ਅੱਜ-ਹੁਣੇ ਹੀ ਸਹੀ ਵਕਤ ਹੈ,
ਨਹੀਂ ਤਾਂ ਬਾਜ਼ੀ ਗਈ ਹੈ ਬੀਤ
ਸਾਂਭ ਨਸਲ ਤੇ ਫ਼ਸਲ ਆਵਦੀ,
ਕਰ ਪੰਜਾਬ ਨਾਲ ਪ੍ਰੀਤ
ਨਾ ਹੋਵੇ ਬਦਨੀਤ ਵੇ ਵੀਰੋ,
ਮਨ ਜੀਤੇ ਜਗ ਜੀਤ॥

ਕਦੋਂ ਤੀਆਂ ਮਨਾਈਏ ਨੀਂ

ਅੱਜ ਸੁਫ਼ਨੇ ਵਿੱਚ ਭਰਜਾਈਏ ਨੀਂ,
ਨਿੱਕੀਏ ਨੀ ਵੀਰੇ ਜਾਈਏ ਨੀਂ।
ਸਾਡੇ ਵਿਹੜੇ ਦੇ ਪਿੱਪਲ 'ਤੇ,
ਅਸੀਂ ਮੀਂਹ ਵਿੱਚ ਪੀਂਘ ਝੂਲਾਈਏ ਨੀਂ।

ਤੇਰੇ ਮੱਥੇ ਉੱਤੇ ਚੰਨ ਵਰਗੀਏ ਨੀਂ,
ਸੂਰਜ ਜਿਹਾ ਟਿੱਕਾ ਲੱਗਿਆ ਸੀ।
ਕਾਲੇ ਬੱਦਲਾਂ ਤੋਂ ਵੀ ਕਾਲਾ,
ਅੱਖਾਂ ਵਿੱਚ ਕੱਜਲ ਸਜਿਆ ਸੀ,
ਅਸੀਂ ਮਾਹੀਏ-ਟੱਪੇ ਗਾਈਏ ਨੀਂ,
ਗਿੱਧੇ ਨਾਲ ਧਰਤ ਹਿਲਾਈਏ ਨੀਂ।
ਅੱਜ ਸੁਫ਼ਨੇ ਵਿੱਚ ਭਰਜਾਈਏ ਨੀਂ...

ਤੇਰੇ ਨਿੱਕੇ-ਪੋਲੇ ਹੱਥਾਂ 'ਤੇ,
ਮੈਂ 'ਸੀਰਤ ਕੌਰ' ਮਹਿੰਦੀ ਨਾਲ ਲਿਖਿਆ।
ਤੇਰੇ ਨਿੱਕੇ-ਪੋਲੇ ਹੱਥਾਂ 'ਤੇ,
ਮੈਂ 'ਗੁਰਨਾਜ਼ ਕੌਰ' ਮਹਿੰਦੀ ਨਾਲ ਲਿਖਿਆ।
ਤੇ ਘੂਰੀ ਵੱਟਦਾ ਮੇਰੇ ਵੱਲ,
ਮੈਨੂੰ ਮੇਰਾ ਵੀਰਾ ਦਿਖਿਆ।

ਜਿਹੜੀਆਂ ਗੱਲਾਂ ਤੋਂ ਨੱਕ ਬੁਲ੍ਹ ਵੱਟੇ ਉਹ,
ਕਦੇ-ਕਦੇ ਕਰ ਕੇ ਉਹਨੂੰ ਚਿੜਾਈਏ ਨੀਂ...

ਸਾਡੇ ਜ਼ੋਰ-ਜ਼ੋਰ ਦੀ ਹਾਸੇ ਨੇ,
ਬੱਦਲਾਂ ਦਾ ਗਰਜਣਾ ਫਿੱਕਾ ਕਰਿਆ।
ਇੱਕ ਛਿਣ 'ਚ ਹੀ ਫੇਰ ਜਾਗ ਖੁੱਲ੍ਹੀ,
ਮੈਂ ਡੌਰ-ਭੌਰ, ਤੇ ਦਿਲ ਡਰਿਆ।
ਕਿੱਥੇ ਗਈਆਂ ਤੁਸੀਂ ਸਈਓ ਨੀਂ?
ਮੇਰੀ ਅੰਮਾਂ ਵਿਹੜੇ ਵਸੀਓ ਨੀਂ ...

ਛੇਤੀ ਕਿਧਰੇ ਮਿਲ ਜਾਈਏ ਨੀ,
ਘੁੱਟ-ਘੁੱਟ ਕੇ ਜੱਫ਼ੀਆਂ ਪਾਈਏ ਨੀਂ
ਆਪਾਂ ਜਦ ਕੱਠੀਆਂ ਹੋ ਜਾਈਏ ਨੀਂ
ਓਦੋਂ ਹੀ ਤੀਆਂ ਮਨਾਈਏ ਨੀਂ
ਓਦੋਂ ਹੀ ਤੀਆਂ ਮਨਾਈਏ ਨੀਂ
ਤੇ ਮਹਿੰਦੀ ਨਾਲ ਹੱਥ ਸਜਾਈਏ ਨੀਂ
ਗਿੱਧੇ ਨਾਲ ਧਰਤ ਹਿਲਾਈਏ ਨੀਂ !!!

ਦਿਵਾਲੀ ਦਾ ਗੀਤ

ਕਰਦੀ ਸਫ਼ਾਈਆਂ ਮੈਂ ਦਿਵਾਲੀ ਦੀਆਂ ਅੰਮੀਏ ਨੀਂ
ਮਮਟੀ ਨੂੰ ਰਹੀਂ ਸਾਂ ਸਵਾਰ
ਵੱਡੀ ਮੈਂ ਕਰਾ ਕੇ ਰੱਖੀ ਬੈਠਕ ਦੀ ਮਮਟੀ 'ਤੇ,
ਜਿਹੜੀ ਫੋਟੋ ਖਿੱਚੀ ਆਪਾਂ ਇਸ ਵਾਰ
ਕਰਦੀ ਸਫ਼ਾਈਆਂ ਮੈਂ ਦਿਵਾਲੀ ਦੀਆਂ ਅੰਮੀਏ ਨੀਂ

ਫੋਟੋ ਤੇਰੀ ਵੇਖਾਂ ਵਾਰ-ਵਾਰ
ਫੋਟੋ ਨਾਲੋਂ ਚੇਹਰਾ ਤੇਰਾ ਫਿੱਕਾ ਹੋਇਆ ਜਾਪਦਾ ਨੀ
ਗੂੜ੍ਹਾ ਹੋਇਆ ਹੋਰ ਵੀ ਏ ਪਿਆਰ
ਇਹਨੀਂ ਦਿਨੀਂ ਹਰ ਧੀ ਦੇ ਧੂਹ ਜਿਹੀ ਪੈਂਦੀ ਹੋਊ
ਜੀਹਦੇ ਆਪਣੇ ਸਮੁੰਦਰਾਂ ਤੋਂ ਪਾਰ

ਦਿਲ ਵਿੱਚ ਸੁੱਖ ਮੰਗਾਂ ਨਿੱਤ ਤੁਹਾਡੀ ਵੀਰਨਾ ਵੇ
ਮਾਣੋਂ ਹਰ ਤਿੱਥ ਤੇ ਤਿਉਹਾਰ
ਸੁਣਿਆ ਠੰਡਾਂ ਵਾਲਾ ਦੇਸ਼ ਕੁਝ ਨਿੱਘਾ ਹੁਣ ਹੋ ਗਿਆ
ਵਸਿਆ ਪੰਜਾਬ ਦੇਸ਼ੋਂ ਬਾਹਰ

ਹਿੱਕ ਨਾਲ ਲਾਕੇ ਤੁਹਾਡੀ ਫੋਟੋ ਨਿੱਘ ਲੈ ਲਈਦਾ
ਮੁੱਖ ਤੇਰਾ ਲਈ ਦਾ ਨਿਹਾਰ
ਇੱਥੇ ਵਾਲੇ ਵੀਰ-ਭੈਣਾਂ ਵੇਲੇ 'ਤੇ ਖੜੋਈ ਜਾਂਦੇ
ਸੁਹਣਾ ਕਰੀ ਜਾਂਦੇ ਨੇ ਵਿਹਾਰ

ਪਰ ਤੇਰਾ ਸ਼ਹਿਰ ਕੁਝ ਓਪਰਾ ਜਿਹਾ ਲਗਦਾ ਹੈ
ਕੌਣ ਕਰੇ ਚਾਅ 'ਤੇ ਮਲਹਾਰ।
ਹੱਸੋ-ਵੱਸੋ ਜਿੱਥੇ ਥੋਡੀ ਚੋਗ ਬੀਜੀ ਵੀਰਨਾ ਵੇ
ਮੰਗੀਏ ਦੁਆਵਾਂ ਬਾਰ-ਬਾਰ

ਸਰਘੀ ਸੰਧਾਰੇ ਬਣੇ ਮੇਲਿਆਂ-ਮੁਹੱਬਤਾਂ ਲਈ
ਬਸ ਲੋਚੀਏ ਸੰਧਾਰਿਆਂ 'ਚ ਪਿਆਰ
ਜਿਉਣ ਜੋਗਿਆ ਵੇ
ਮੰਨਿਓ ਨਾ ਸਾਨੂੰ ਕਦੇ ਭਾਰ।

ਮਾਂ-ਧੀ ਦਾ ਰਿਸ਼ਤਾ ਮੁੱਢ ਤੋਂ ਲਾਸਾਨੀ ਰਿਹਾ
ਵੱਜੀ ਜਾਂਦਾ ਹਰ ਵੇਲੇ ਤਾਰ।
ਹਰ ਵੇਲੇ ਤੋਹਫ਼ੇ ਮੇਰੇ ਤਿਆਰ-ਬਰ-ਤਿਆਰ।
ਮੇਰੀਆਂ ਦੁਆਵਾਂ ਨਾਲੇ ਪਿਆਰ।

ਪਰਦੇਸੀ ਵਸਦਿਆਂ ਨੂੰ

ਤੈਨੂੰ ਮਿਲਣੇ ਆਉਣ ਲਈ ਵੀਰਾ
ਵਾਟ ਹੀ ਬਹੁਤੀ ਹੈ
ਤੇਰੇ ਮੁਲਕ ਤੇਰੇ ਸ਼ਹਿਰ 'ਚ
ਤੇਰੀ ਘਾਟ ਹੀ ਬਹੁਤ ਹੈ।

ਤੇਰੇ ਸਿਰ 'ਤੇ ਮਾਪਿਆਂ ਦਾ ਕਦੇ ਫ਼ਿਕਰ ਨਾ ਕੀਤਾ ਸੀ
ਆਪਣੇ ਦਿਲ-ਜਜ਼ਬਾਤਾਂ ਦਾ ਕਦੇ ਜ਼ਿਕਰ ਨਾ ਕੀਤਾ ਸੀ
ਨਿੱਕਾ ਜਾਣ ਲਕੋਈਆਂ ਜੋ, ਹੁਣ ਚੇਤੇ ਕਰਦੀ ਹਾਂ
ਤੇਰੀ ਮੇਰੀ ਦੁੱਖ-ਸੁੱਖ ਦੀ ਉਂਞ ਸਾਂਝ ਹੀ ਬਹੁਤੀ ਹੈ।

ਚਾਈਂ-ਚਾਈਂ ਤੇਰੀ ਚੂੜੇ ਵਾਲੀ ਅਸੀਂ ਟੋਲ ਲਿਆਏ ਸੀ
ਤੇਰਾ ਘਰ ਵੱਸੇ ਮਾਲਕ ਨੇ ਸਾਡੇ ਬੋਲ ਪੁਗਾਏ ਸੀ
ਜੀਹਦੇ ਸੱਤ ਪੁਆਇੰਟ ਪੰਜ ਬੈਂਡਾਂ ਦਾ ਜਸ਼ਨ ਮਨਾਉਂਦੇ ਸੀ
ਉਹਦੇ ਹਾਸੇ ਦੀ ਖਿੜ-ਖਿੜ ਦੀ ਇੱਥੇ ਘਾਟ ਹੀ ਬਹੁਤੀ ਹੈ।

ਨਜ਼ਰ ਲੱਗੀ ਚੰਦਰਿਆਂ ਤੈਨੂੰ? ਜਾਂ ਮੁੱਢੋਂ ਹੀ ਨਜ਼ਰ ਵਲੈਤੀਂ ਸੀ?
ਕਿੰਨਾ ਹੀ ਚਿਰ ਇਸੇ ਜੋੜ-ਤੋੜ ਦੀ ਲੱਗੀ ਸੋਚ ਜਿਹੀ ਰਹਿੰਦੀ ਸੀ
ਕੰਮ-ਕਾਰ, ਘਰ-ਬਾਰ ਦਾ ਕੀਕਣ ਮੋਹ ਨਾ ਆਵੇ ਵੇ?
ਉੱਥੇ ਇੱਥੇ ਨਾਲੋਂ ਕਿਤੇ ਠਾਠ-ਬਾਠ ਵੀ ਬਹੁਤੀ ਵੇ?

ਫੇਸਟਾਈਮ ਤੇ ਫੋਨ ਵੀ ਕਰੀਏ ਤੈਨੂੰ,
ਪਰ ਸਬਰ ਜਿਹਾ ਆਵੇ ਨਾ
ਮਾਂ ਦਾ ਪੁੱਤ ਕਿਸੇ ਭੈਣ ਦਾ ਵੀਰ,
ਹਾੜ੍ਹਾ ਪਰਦੇਸੀਂ ਵੱਸ ਜਾਵੇ ਨਾ
ਤੇਰਾ ਦਿਨ ਮੇਰੀ ਰਾਤ,
ਤੇ ਕਰਨੀ ਗੱਲਬਾਤ ਵੀ ਬਹੁਤੀ ਹੈ।

ਸਫ਼ਲ ਹੋਵੇ ਤੂੰ ਮੱਲਾਂ ਮਾਰੇਂ,
ਅਰਦਾਸ ਨਿਮਾਣੀ ਜਿਹੀ
ਜਿੱਥੇ ਵੱਸੇਂ ਖਿੜੇ ਤੇ ਹੱਸੇਂ,
ਇਹੀ ਆਸ ਨਿਮਾਣੀ ਜਿਹੀ
ਚੰਗਾ ਫੋਟੋਆਂ ਪਾਈ ਜਾਈਂ,
ਤੇਰੀ ਇੱਕ ਝਾਤ ਹੀ ਬਹੁਤੀ ਹੈ
ਜਿਉਂਦਾ ਵਸਦਾ ਰਹਿ 'ਜੋਮੀ'
ਤੇਰੀ ਕਰ ਲਈ ਦੀ ਬਾਤ ਹੀ ਬਹੁਤੀ ਹੈ।

ਕੀਹਦਾ ਜੀ ਕਰਦਾ?

ਭਰੇ, ਹੱਸਦੇ-ਵਸਦੇ ਵਿਹੜਿਆਂ 'ਚੋਂ,
ਹਮਸਾਇਆਂ ਨਾਲ ਖੁਸ਼ੀਆਂ-ਖੇੜਿਆਂ 'ਚੋਂ,
ਆਪਣੀ ਚਾਹੁਣ ਵਾਲੀ ਦੀ ਗਲਵੱਕੜੀ 'ਚੋਂ
ਭੈਣਾਂ ਦੀ ਸੋਹਣੀ ਰੱਖੜੀ 'ਚੋਂ,
ਕੀਹਦਾ ਛੱਡ ਜਾਣ ਨੂੰ ਜੀ ਕਰਦਾ?

ਬੇਗਾਨੇ ਅਸਮਾਨਾਂ ਦੀਆਂ ਡਾਢੀਆਂ ਠੰਡਾਂ,
ਅਣਜਾਣੇ ਵਿਤਕਰੇ, ਅਣਜਾਣੀਆਂ ਵੰਡਾਂ,
ਅਣਥੱਕ 'ਸ਼ਿਫ਼ਟਾਂ' ਦੇ ਗੇੜੇ ਜੋ,
ਕਿਉਂ ਆਪ ਮੁਹਾਰੇ ਸਹੇੜੇ ਜੋ,
ਕੀਹਦਾ ਪਰਦੇਸੀ ਕਹਾਉਣ ਨੂੰ ਜੀ ਕਰਦਾ?

ਕੋਈ ਪੂਰੀ ਨਾ ਹੁੰਦੀ ਭੁੱਖ ਹੋਵੇ,
ਅਣਕਹਿ ਜਿਹਾ ਕੋਈ ਦੁੱਖ ਹੋਵੇ,
ਜ਼ਮਾਨੇ ਦੀ ਤੱਤੀ ਲੋਅ ਵੱਗੇ...
...ਤੇ ਸਿਰ ਲੁਕਾਉਣ ਨੂੰ ਨਾ ਕੋਈ ਰੁੱਖ ਹੋਵੇ,
ਕੀਹਦਾ ਨਾ ਹੱਸਣ-ਗਾਉਣ ਨੂੰ ਜੀ ਕਰਦਾ?

ਜ਼ਮੀਨ ਓਪਰੀ, ਓਪਰਾ ਖਾਣ-ਪਾਣ ਇੱਥੇ,
ਖਾਨਾ ਬਦੋਸ਼ਾਂ ਦੀ ਕੀ ਪਹਿਚਾਣ ਇੱਥੇ,
ਮੁੱਠੀ-ਭਰ ਹੀ ਲੱਭਾਂ ਪਰ ਮੇਰਾ ਹੋਵੇ,
ਬੜਾ ਖੁੱਲ੍ਹਾ ਹੈ ਉਂਝ ਅਸਮਾਨ ਇੱਥੇ,
ਕੀਹਦਾ ਨਾ ਉਡਾਰੀਆਂ ਲਾਉਣ ਨੂੰ ਜੀ ਕਰਦਾ?

ਤੇਰਾ ਮੁਲਕ

ਡਾਹਢੇ ਰੱਬ ਕਿੱਥੇ-ਕਿੱਥੇ ਚੋਗ ਬੀਜੇ,
ਕਿਸੇ ਦੇ ਨੇੜੇ ਕਿਸੇ ਦੂਰ ਵੇ ਵੀਰਾ
ਮੁਲਕ ਤੇਰੇ ਨੂੰ ਦੇਖਣ-ਬੁੱਝਣ
ਆਉਣਾ ਉੱਥੇ ਜ਼ਰੂਰ ਵੇ ਵੀਰਾ...

ਆਪਾਂ ਤਾਂ ਅਣਭੋਲ ਪਰਿੰਦੇ
ਤੀਜੀ ਦੁਨੀਆਂ ਦੇ ਬਾਸ਼ਿੰਦੇ
ਸਿਸਟਮਾਂ ਵਾਲੇ ਚੱਕਰੋਂ ਬੱਚਦੇ
ਸਰਦਾਰਾਂ ਤੋਂ ਹੋਏ ਕਰਿੰਦੇ
ਊਂ ਕਹਿੰਦੇ ਮਿਹਨਤ ਦੇ ਉੱਥੇ ਮੁੱਲ ਪੈਂਦੇ ਨੇ
ਤੇ ਮਿਹਨਤ ਦਾ ਤੇਰਾ ਨਿਸਚਾ ਪੱਕਾ
ਨਿਸਚੇ ਤੇਰੇ ਦੀ ਜਿੱਤ ਮੰਗੀਏ
ਹਰ ਪਲ ਤੈਨੂੰ ਦੁਆਵਾਂ ਦਿੰਦੇ
ਤੇਰੀਆਂ ਆਸਾਂ ਨੂੰ ਫੁੱਲ ਲੱਗਣ
ਦਿਸਦਾ ਪਿਆ ਹੁਣ ਬੂਰ ਵੇ ਵੀਰਾ
ਮੁਲਕ ਤੇਰੇ ਨੂੰ ਦੇਖਣ-ਬੁੱਝਣ
ਆਉਣਾ ਉੱਥੇ ਜ਼ਰੂਰ ਵੇ ਵੀਰਾ...

ਇਹ ਸ੍ਰਿਸ਼ਟੀ ਕੁਦਰਤ ਨੇ ਸਾਜੀ
ਕੀਹਨੇ ਵਾਹੇ ਨਕਸ਼ੇ ਨੇ ਗੇ
ਰੰਗ ਢੰਗ ਬਾਣੇ ਤੇ ਬੋਲੀ
ਵੱਖਰੇ-ਵੱਖਰੇ ਬਖ਼ਸ਼ੇ ਨੇ ਗੇ

ਓਹਨੇ ਸਭ ਇਨਸਾਨ ਬਣਾਏ
ਸਭ ਦਾ ਬੀਜਿਆ ਦਾਣਾ-ਪਾਣੀ
ਸਭ ਜੀਆਂ ਦੇ ਰਿਜਕ ਨੇ ਸਾਜੇ
ਸਭ ਨੇ ਆਪਣੀ ਲਿਖਣੀ ਕਹਾਣੀ
ਉਸਦੀਆਂ ਵਿਧੀਆਂ ਦੀ ਤਰਤੀਬ 'ਚੋਂ
ਬਣੂ ਸਾਡੀ ਗੱਲ ਵੀ ਜ਼ਰੂਰ ਵੇ ਵੀਰਾ
ਮੁਲਕ ਤੇਰੇ ਨੂੰ ਦੇਖਣ-ਬੁੱਝਣ
ਆਉਣਾ ਉੱਥੇ ਜ਼ਰੂਰ ਵੇ ਵੀਰਾ...

ਕੱਲਾ ਤਿੱਥ-ਤਿਉਹਾਰ ਦਾ ਪਿਆਰ ਨੀ ਸਾਡਾ
ਜਦ ਮਿਲੀਏ ਉਦੋਂ ਦਿਵਾਲੀ ਹੁੰਦੀ
ਕਦੇ ਰੱਖੜੀ ਤੇਰੇ ਕੋਲ ਘੱਲੀਏ
ਕਦੇ ਤੂੰ ਰੱਖੜੀ 'ਤੇ ਪੁੱਜ ਜਾਵੇਂ
ਹਜ਼ਾਰਾਂ ਮੀਲ ਸਮੁੰਦਰ ਡੂੰਘੇ
ਪਿਆਰ ਸਾਡੇ ਵਿੱਚ ਫ਼ਰਕ ਨਾ ਪਾਵੇ
ਦੁੱਖ-ਸੁੱਖ ਧੁਰੋਂ ਹੀ ਇੱਕ ਨੇ ਆਪਣੇ
ਹਮਸਾਏ ਤਾਂ ਹਰ ਪਲ ਸਾਹਵੇਂ
ਜਦ ਮਿਲੀਏ ਗਲਵੱਕੜੀਆਂ ਪਾ ਕੇ
ਫੇਰ ਹੋਈਏ ਭਰਪੂਰ ਵੇ ਵੀਰਾ
ਮੁਲਕ ਤੇਰੇ ਨੂੰ ਦੇਖਣ-ਬੁੱਝਣ
ਆਉਣਾ ਉੱਥੇ ਜ਼ਰੂਰ ਵੇ ਵੀਰਾ।

ਅਧਿਆਏ -4

ਯੂਨੀਕਾੱਰਨ

2050, ਕਿਸੇ ਠੰਡੇ ਤੇ ਬੇਹੱਦ ਖ਼ੁਸਕ ਮੁਲਕ 'ਚ ਇੱਕ 4 ਕੁ ਸਾਲ ਦੀ ਬੱਚੀ ਆਪਣੇ ਘਰ ਦੇ ਬਾਹਰ ਲੱਗੇ ਸੁੱਕ ਚੁੱਕੇ ਪਾਈਨ ਦੇ ਰੁੱਖ (Pine Tree) ਦੁਆਲੇ ਘੁੰਮ ਰਹੀ ਹੈ। ਹਰਨੇਕ ਸਿੰਘ ਆਪਣੇ ਗੰਜੇ ਸਿਰ 'ਤੇ ਹੱਥ ਫੇਰਦਾ ਘਰੋਂ ਬਾਹਰ ਨੂੰ ਆਉਂਦਾ ਹੈ ਤੇ ਛੋਟੀ ਜੀਨਾ ਨੂੰ ਅੰਦਰ ਆਉਣ ਲਈ ਕਹਿੰਦਾ ਹੈ:

"ਜੀਨਾ! Come Inside putt!" "It seems to be windy again! (ਜੀਨਾ! ਅੰਦਰ ਆ ਜਾ ਪੁੱਤ! ਫਿਰ ਤੋਂ ਹਨ੍ਹੇਰੀ ਵਾਲਾ ਮੌਸਮ ਹੋ ਗਿਆ ਲਗਦਾ ਹੈ), ਵਾਵਰੋਲਾ ਫੇਰ ਆਊਗਾ!! ਉਸ ਨੇ ਧੁੰਦਲੇ ਹੋ ਗਏ ਆਸਮਾਨ ਵੱਲ ਤੱਕਦਿਆਂ ਕਿਹਾ।

"No Dada! Play with me! (ਨਹੀਂ ਦਾਦਾ, ਮੇਰੇ ਨਾਲ ਖੇਡੋ! "ਜੀਨਾ ਨੇ ਅਰਜ਼ੋਈ ਜਿਹੀ ਕਰ ਦਿਆਂ ਕਿਹਾ।

Okay! (ਓਕੇ) ਕਹਿੰਦਿਆਂ ਹਰਨੇਕ ਸਿੰਘ ਨੇ ਨੰਨ੍ਹੀ ਬੱਚੀ ਦੀ ਮੰਨਦਿਆਂ ਉਸ ਵੱਲ ਡਿੰਗ ਪੁੱਟੀ। "ਚੰਗਾ ਦੱਸ ਕੀ ਖੇਡੀਏ? ਬੋਲ ਮੇਰੀ ਪਰੀਏ!" ਕਹਿ ਕੇ ਉਹ ਨੀਲੀਆਂ ਅੱਖਾਂ ਵਾਲੀ ਇਸ ਕੋਮਲ ਜਿੰਦ ਦੇ ਸਿਰ 'ਤੇ ਹੱਥ ਫੇਰਨ ਲੱਗਾ।

ਜੀਨਾ ਨੇ ਬਾਲ ਸੁਭਾਵਿਕ ਹੈਰਾਨੀ ਨਾਲ ਪੁੱਛਿਆ, "ਦਾਦਾ ਮੈਂ ਪਰੀ ਹਾਂ?" ਹਰਨੇਕ ਸਿੰਘ ਵੀ ਕੁਝ ਹੈਰਾਨ ਹੋਇਆ। "ਹੁਣ ਇਸ ਦੀ ਸਵਾਲ ਪੁੱਛਣ ਦੀ ਉਮਰ ਹੋ ਗਈ ਹੈ। ਮੈਂ ਇਸਨੂੰ ਸਦਾ ਤੋਂ ਹੀ ਪਰੀ ਆਖਦਾ ਹਾਂ।" ਉਸਨੇ ਸੋਚਿਆ।"ਹਾਂ ਲਾਡੋ!" ਉਸ ਨੇ ਬੱਚੀ ਨੂੰ ਉਂਗਲ ਲਾ ਲਿਆ। "ਦੱਸ ਕੀ ਖੇਡੀਏ?" "ਦਾਦਾ ਮੈਂ ਭੱਜੂੰਗੀ... ਤੁਸੀਂ ਮੈਨੂੰ ਪਕੜਨਾ।"

ਕਹਿ ਕੇ ਉਹ ਭੱਜ ਪਈ। ਉਸਦੇ ਰਾਖ ਰੰਗੇ ਵਾਲ ਹਵਾ 'ਚ ਲਹਿਰਾ ਰਹੇ ਸੀ। ਤੇ ਉਹ ਨਿੱਕੀਆਂ-ਨਿੱਕੀਆਂ ਲੱਤਾਂ ਨਾਲ ਖ਼ਾਸੀ ਤੇਜ਼ ਦੌੜ ਪਈ ਸੀ। ਹਰਨੇਕ ਸਿੰਘ ਉਮਰ ਦੇ ਉਸ ਪੜਾਅ 'ਤੇ ਸੀ ਜਿੱਥੇ ਕਿਸੇ ਤੋਂ ਵੀ ਕੋਈ ਜ਼ਿਆਦਾ ਤੇਜ਼ੀ ਨਹੀਂ ਹੁੰਦੀ।

ਕੁਦਰਤੀ ਆਫਤਾਂ (Climatic Disasters) ਦੇ ਚੱਲਦਿਆਂ ਇਸ ਮੁਲਕ ਦੇ ਵੀ ਕਈ ਪਰਿਵਾਰ ਉੱਜੜ ਗਏ ਸਨ। ਸਰਕਾਰ ਜਦ ਨੂੰ ਪਹਿਲਾਂ ਆਏ ਸੋਕੇ 'ਤੇ ਜੰਗਲੀ ਅੱਗਾਂ ਨਾਲ ਨਿਬੜਦੀ, ਇੰਨੇ ਨੂੰ ਕੋਈ ਹੋਰ ਵੱਡੀ ਆਪਦਾ (ਬਿਪਦਾ) ਆਣ ਪੈਂਦੀ। ਅੱਧੀ ਸਦੀ ਪਹਿਲਾਂ ਮੌਸਮ ਵਿਗਿਆਨੀ ਜੋ ਭਵਿੱਖਬਾਣੀਆਂ ਕਰਦੇ ਸਨ ਹੁਣ ਉਹ ਮਾੜਾ ਵਕਤ ਸ਼ੁਰੂ ਹੋ ਗਿਆ ਸੀ। ਸਾਰੀ ਧਰਤੀ ਗਰਮ ਹੋ ਰਹੀ ਸੀ। ਸਮੁੰਦਰੀ ਕੰਢੇ ਵਸਦੇ ਕਈ ਟਾਪੂ ਤੇ ਸ਼ਹਿਰ ਸੁਨਾਮੀਆਂ ਨੇ ਨਿਗਲ ਲਏ ਸੀ। ਇਸ ਮੁਲਕ ਵਿੱਚ ਵੀ ਕਿਧਰੋਂ-ਕਿਧਰੋਂ ਰਿਫਿਊਜੀ (Refugee) ਆਣ ਪੁਹੰਚੇ ਕੋਈ ਹਿਸਾਬ ਨਹੀਂ ਸੀ।

ਹਰਨੇਕ ਸਿੰਘ ਦੀ ਪਤਨੀ ਸੁਨੀਤਾ 15 ਸਾਲ ਪਹਿਲਾਂ ਹੀ ਪਰਲੋਕ ਸਿਧਾਰ ਗਈ ਸੀ ਤੇ 4 ਸਾਲ ਪਹਿਲਾਂ ਉਸ ਦੇ ਨੂੰਹ-ਮੁੰਡਾ ਕਿਸੇ ਲਾਗਲੀ ਪਹਾੜੀ 'ਤੇ ਚਾਰ ਕੁ ਦਿਨ ਲਈ ਗਏ ਸੀ। ਛੁੱਟੀਆਂ ਮਨਾਉਣ। ਆਖਦੇ ਸੀ ਉੱਥੇ ਅਜੇ ਵੀ ਧਰਤੀ ਦੀ ਸਭ ਤੋਂ ਚੰਗੀ ਹਵਾ ਮੌਜੂਦ ਸੀ... ਪਰ ਕਿਸੇ ਚਿਨੂਕ ਹਨ੍ਹੇਰੀ (ਅਮਰੀਕਾ ਤੇ ਕਨੇਡਾ ਦੀਆਂ ਹਨ੍ਹੇਰੀਆਂ) ਵਿੱਚ ਅਜਿਹਾ ਘਿਰੇ ਕਿ ਕਦੇ ਨਾ ਪਰਤੇ। ਉਦੋਂ ਜੀਨਾ ਕੇਵਲ ਛੇ ਮਹੀਨੇ ਦੀ ਸੀ, ਰੁਬੀਨਾ (ਨੂੰਹ) ਨੇ ਹਰਨੇਕ ਸਿੰਘ ਨੂੰ ਜਾਂਦਿਆਂ ਜਾਂਦਿਆਂ (ਮਾਂ ਲਈ ਸੁਭਾਵਕ ਫ਼ਿਕਰ ਜਤਾਉਂਦਿਆਂ) ਕਿਹਾ ਸੀ ਕਿ ਉਹ ਬੱਚੀ ਦਾ ਪੂਰਾ ਧਿਆਨ ਰੱਖੇ। ਉਸ ਹਾਦਸੇ ਤੋਂ ਬਾਅਦ ਹਰਨੇਕ ਸਿੰਘ ਨਾ ਕੇਵਲ ਇਸ ਨੰਨ੍ਹੀ ਬੱਚੀ ਦਾ ਦਾਦਾ ਤੇ ਸਰਪਰਸਤ ਹੀ ਰਿਹਾ ਬਲਕਿ ਉਹ ਉਸਦਾ ਕੁੱਲ ਜਹਾਨ ਬਣ ਗਿਆ।

ਆਪਣੇ ਖਿਆਲਾਂ ਚੋਂ ਹਰਨੇਕ ਸਿੰਘ ਉਦੋਂ ਨਿਕਲਿਆ ਜਦੋਂ ਜੀਨਾ ਉਸਨੂੰ ਨਜ਼ਰੀਂ ਨਾ ਪਈ। ਉਹ ਕਾਹਲੇ-ਕਾਹਲੇ ਕਦਮਾਂ ਨਾਲ ਇਧਰ-ਉਧਰ ਲੱਭਣ

ਲੱਗਾ।"ਜੀਨਾ! ਜੀਨਾ! ਕਿੱਥੇ ਹੈ ਕਾਕੀ?" "ਕਿਧਰ ਗਈ?" "ਕਿੱਥੇ ਚਲੀ ਗਈ ਹੈਂ ਮੇਰੀ ਪਰੀ?" ਭਮੱਤਰਿਆ (ਬੌਖ਼ਲਾਇਆ) ਹਰਨੇਕ ਸਿੰਘ ਡੌਰ-ਭੌਰ ਹੋਇਆ ਤੇਜ਼ ਤੁਰਦਾ-ਤੁਰਦਾ ਦੌੜਨ ਹੀ ਲੱਗਾ। ਉਸ ਦੀ ਧੜਕਨ ਇੰਨੀ ਤੇਜ਼ ਹੋ ਚੁੱਕੀ ਸੀ ਜਿਵੇਂ ਉਸਦੀ ਛਾਤੀ ਫੱਟ ਜਾਵੇਗੀ। ਜੀਨਾ ਤਾਂ ਉਸ ਦੀ ਜਿਉਣ ਦਾ ਸਹਾਰਾ ਹੈ। ਸਭ ਕੁੱਝ ਉਹੀ ਤਾਂ ਹੈ।

ਭਾਵੁਕ ਹੋਇਆ ਹਰਨੇਕ ਸਿੰਘ ਅਸਮਾਨ ਵੱਲ ਹੱਥ ਜੋੜ ਕੇ ਪੁਕਾਰਦਾ ਹੈ, "ਹੈ ਸੱਚਿਆ ਪਾਤਸ਼ਾਹ! ਮੇਰੀ ਬੱਚੀ ਸੁਰੱਖਿਅਤ ਹੋਵੇ। ਲੱਭ ਜਾਵੇ। ਨਹੀਂ ਤਾਂ ਮੈਂ ਮਰ ਜਾਵਾਂਗਾ" ਆਪਣੇ ਹੀ ਹੰਝੂ ਪੂੰਝਦਾ ਉਹ ਉੱਤਰ ਦਿਸ਼ਾ ਵੱਲ ਨੂੰ ਤੁਰ ਪਿਆ, ਜਿੱਧਰ ਨਵੇਂ ਰਿਫ਼ੂਉਜੀਆਂ ਦੇ ਕੁਝ ਕੈਂਪ ਲੱਗ ਗਏ ਸੀ ਤੇ ਕੁਝ ਪੁਰਾਣੇ ਘਰ ਸੀ।

ਕੁਝ ਮਿੰਟ ਤੁਰ ਕੇ ਉਹ ਇੱਕ ਚੌਂਕ ਵਰਗੀ ਜਗ੍ਹਾ 'ਤੇ ਪਹੁੰਚ ਗਿਆ ਸੀ (ਸਰਕਾਰ ਦਾ ਜਦ ਲੋਟ ਲੱਗਦਾ ਉਹ ਘਰ ਖਾਲੀ ਕਰਾ ਕੇ ਵਸਨੀਕਾਂ ਨੂੰ ਨਵੀਂ ਥਾਵੇਂ ਪਹੁੰਚਾ ਦਿੰਦੇ।

ਬੇਟੇ ਦੀ ਮੌਤ ਤੋਂ ਬਾਅਦ ਇਹ ਉਸਦਾ ਤੇ ਜੀਨਾ ਦਾ ਚੌਥਾ ਟਿਕਾਣਾ ਸੀ। ਕੁਝ ਅਫ਼ਰੀਕੀ ਜਿਹੇ ਲਗਦੇ ਲੋਕ ਉਸਦੀ ਨਜ਼ਰੀਂ ਪਏ। ਉਸ ਨੇ ਉਹਨਾਂ ਵੱਲ ਲੰਬੀ ਬਾਂਹ ਕੱਢ ਕੇ ਹੱਥ ਹਿਲਾਇਆ।"

Hey there! Did you see a fair, blue eyed young girl, about 4 come this side? (ਹਾਂਜੀ ਤੁਸੀਂ! ਕੀ ਤੁਸੀਂ 4 ਕੁ ਸਾਲਾਂ ਦੀ ਗੋਰੇ ਰੰਗ ਤੇ ਨੀਲੀਆਂ ਅੱਖਾਂ ਵਾਲੀ ਬੱਚੀ ਨੂੰ ਇੱਧਰ ਕਿਧਰੇ ਦੇਖਿਆ ਹੈ?) ਉਹ ਨਿੱਤ ਨਾਲੋਂ ਜ਼ੋਰ ਦੀ ਚੀਕਿਆ। ਕਾਲੀ (ਅਫ਼ਰੀਕੀ) ਬਜ਼ੁਰਗ ਮਹਿਲਾ ਨੇ ਉਸ ਨੂੰ ਇਸ਼ਾਰੇ ਨਾਲ ਕੋਲ ਆਉਣ ਦੀ ਸੈਨਤ ਮਾਰੀ (ਬੁਲਾਇਆ)। ਉਹ ਤੀਬਰਤਾ ਨਾਲ ਉਸ ਵੱਲ ਵਧਿਆ।

ਔਰਤ ਬੋਲੀ " Yeah! I just saw a fair, blue-eyed angel passing here... just a while ago! Tried calling her.... thought she's one of the new refugees!" ਆਹੋ! ਮੈਂ ਹੁਣੀ... ਕੁਝ

ਚਿਰ ਪਹਿਲੋਂ ਇੱਕ ਗੋਰੀ ਨੀਲੀਆਂ ਅੱਖਾਂ ਵਾਲੀ ਪਰੀ/ਬੱਚੀ ਨੂੰ ਇੱਧਰੋਂ ਗੁਜ਼ਰਦੇ ਵੇਖਿਆ ਹੈ। ਮੈਂ ਉਸ ਨੂੰ ਬੁਲਾਉਣ ਦੀ ਕੋਸ਼ਿਸ਼ ਕੀਤੀ... ਮੈਂ ਸੋਚਿਆ ਸ਼ਾਇਦ ਉਹ ਨਵੇਂ ਆਏ ਸ਼ਰਣਾਰਥੀਆਂ ਚੋਂ ਇੱਕ ਹੋਵੇਗੀ। "But she kept walking down that lane!" (ਪਰ ਉਹ ਉਸ ਗਲੀ ਵੱਲ ਨੂੰ ਤੁਰਦੀ ਰਹੀ!) ਉਸਦਾ ਵਾਕ ਅਜੇ ਪੂਰਾ ਵੀ ਨਹੀਂ ਸੀ ਹੋਇਆ ਕਿ ਹਰਨੇਕ ਉਸ ਗਲੀ ਵੱਲ ਨੂੰ ਹੋ ਤੁਰਿਆ।

ਕੁਝ ਕੁ ਅੱਗੇ ਜਾਣ ਤੇ ਹੀ ਉਸਨੂੰ ਜੀਨਾ ਗਲੀ ਦੇ ਅੰਦਰ ਖੜੀ ਦਿਸ ਪਈ। ਉਸਦੇ ਹੱਥ 'ਚ ਇੱਕ ਛੋਟਾ ਜਿਹਾ ਪੈਕੇਟ ਸੀ। ਉਹ ਬੇਹੱਦ ਹੈਰਾਨ ਪਰ ਬੜੀ ਖੁਸ਼ ਨਜ਼ਰ ਆ ਰਹੀ ਸੀ। ਉਸ ਦੇ (ਹਰਨੇਕ ਸਿੰਘ) ਸਾਹ 'ਚ ਸਾਹ ਆਇਆ, ਉੱਚੀ ਆਵਾਜ਼ ਮਾਰੀ," ਜੀਨਾ! ਬੱਚੇ, ਮੈਂ ਇਧਰ ਹਾਂ!" ਉਹ ਫੁਰਤੀ ਨਾਲ ਉਸ ਵੱਲ ਵਧਿਆ ਤੇ ਉਸਦਾ ਹੱਥ ਫੜ ਲਿਆ। ਉਸ ਨੇ ਜੀਨਾ ਦੀਆਂ ਨਿੱਕੀਆਂ-ਨਿੱਕੀਆਂ ਹਥੇਲੀਆਂ ਨੂੰ ਵਾਰ-ਵਾਰ ਚੁੰਮਿਆ। ਜੀਨਾ ਦਾਦੇ ਦੀਆਂ ਲੱਤਾਂ ਨਾਲ ਚਿੰਬੜ ਗਈ। ਦਾਦੇ-ਪੋਤੀ ਨੇ ਘੁੱਟ ਕੇ ਗਲਵੱਕੜੀ ਪਾਈ, ਖ਼ੂਬ ਪਿਆਰ ਕੀਤਾ।

"ਸ਼ੁਕਰ ਰੱਬ ਦਾ ਤੂੰ ਮਿਲ ਗਈ। ਚੱਲ ਤੈਨੂੰ ਘਰ ਚੱਲ ਕੇ ਕੁੱਝ ਖਿਲਾਵਾਂ, ਭੁੱਖ ਲੱਗੀ ਹੋਣੀ ਹੈ ਤੈਨੂੰ ਤੇ ਆਪਾਂ ਕੱਲ੍ਹ ਵਾਲੀ ਪਰੀ ਦੀ ਕਹਾਣੀ ਵੀ ਪੂਰੀ ਕਰਾਂਗੇ।" ਹਰਨੇਕ ਸਿੰਘ ਨੇ ਗੋਦੀ ਚੁੱਕੀ ਜੀਨਾ ਨੂੰ ਕਿਹਾ। ਜੀਨਾ ਉਸਦੇ ਮੋਢੇ ਲੱਗੀ ਸੀ ਤੇ ਮਗਰ ਕਿਸੇ ਵੱਲ ਹੱਥ ਹਿਲਾ ਰਹੀ ਸੀ। "Bye!" (ਬਾਇ) ਉਸਨੇ ਪਿੱਛੇ ਮੁੜ ਕੇ ਦੇਖਿਆ ਉੱਥੇ ਤਾਂ ਕੋਈ ਵੀ ਨਹੀਂ ਸੀ।

ਹੁਣ ਉਹ ਉਸਦੇ ਮੋਢੇ ਲੱਗੀ ਰਹੀ। ਕੁਝ ਪਲ ਬਾਅਦ ਹਰਨੇਕ ਸਿੰਘ ਨੇ ਉਸਦੇ ਹੱਥ ਵਾਲੇ ਪੈਕੇਟ ਵੱਲ ਧਿਆਨ ਦਿੱਤਾ। ਉਸ ਪਾਰਦਰਸ਼ੀ ਲਿਫ਼ਾਫ਼ੇ 'ਚ ਉਸਨੂੰ ਕੁਝ ਬਾਦਾਮ ਤੇ ਅੰਜੀਰ ਦਿਸੇ।

"ਜੀਨਾ! ਆਹ ਕਿੱਥੋ ਚੁੱਕ ਲਿਆਈ ਹੈਂ ਤੂੰ, ਕਮਲੀ ਕੁੜੀ?" "ਇਹ ਕਿਸੇ ਦਾ ਖਾਣਾ ਹੋ ਸਕਦੈ" ਹਰਨੇਕ ਨੇ ਹੈਰਾਨ ਹੁੰਦੇ ਕਿਹਾ। "Dadu, No!" (ਦਾਦਾ,

ਨਹੀਂ!) ਜੀਨਾ ਨੇ ਉਂਗਲ ਦਿਖਾਉਂਦਿਆਂ ਕਿਹਾ, "ਇਹ ਤਾਂ ਮੈਨੂੰ... Unicorn boy ਨੇ ਦਿੱਤਾ ਹੈ।"

"Unicorn Boy? ਉਹ ਕੀ ਸ਼ੈ ਹੈ?" "ਕਮਲੀ ਕੁੜੀ" "ਕਿੱਥੋਂ ਲਿਆਈ ਇਹ?" ਉਹ ਬੋਲਿਆ।

"Dada! I am telling you the Unicorn boy gave me this while I was crying! He asked me where I came from and I pointed towards the road we came from. He asked me who my family was and I told him your Name I told Mr. Harnek Singh Brar, is my granddad and he shushed me (Consoled me) and said if I am daughter of a Singh then I Should be brave! He said... I am Kaur! Jeena Kaur!"

ਜੀਨਾ ਦੇ ਬੁੱਲ੍ਹ ਬੋਲਦਿਆਂ-ਬੋਲਦਿਆਂ ਸੁੱਕ ਗਏ ਸਨ ਤੇ ਉਸ ਦੀਆਂ ਅੱਖਾਂ ਹੈਰਾਨੀ ਨਾਲ ਵੱਡੀਆਂ-ਵੱਡੀਆਂ ਪਰਤੀਤ ਹੋ ਰਹੀਆਂ ਸਨ।

ਉਹ ਹੈਰਾਨੀ ਤੇ ਉਤਸ਼ਾਹ ਮਿਲੇ ਸੁਰ ਵਿੱਚ ਆਮ ਨਾਲੋਂ ਤੇਜ਼ ਬੋਲ ਰਹੀ ਸੀ। ਹਰਨੇਕ ਸਿੰਘ ਨੇ ਉਸਦੇ ਸਿਰ ਨੂੰ ਪਲੋਸਿਆ ਤੇ ਉਸ ਨੂੰ ਸ਼ਾਂਤ ਕਰਨ ਲਈ ਆਪਣੇ ਬੁੱਲ੍ਹਾਂ 'ਤੇ ਉਂਗਲ ਰੱਖਦਿਆਂ ਕਿਹਾ, "ਚੁੱਪ-ਚੁੱਪ! ਹਾਂ ਮੈਂ ਸਮਝ ਗਿਆ" ਉਸਨੇ ਐਵੇਂ ਹੀ ਕਹਿ ਦਿੱਤਾ।

ਹਰਨੇਕ ਸਿੰਘ ਨੂੰ ਬਾਕੀ ਗੱਲ ਤਾਂ ਕੁਝ ਸਮਝ ਪੈ ਰਹੀ ਸੀ, ਪਰ Unicorn Boy? ਉਹ ਕੀ ਹੋਇਆ? ਫ਼ਿਰ ਉਸ ਨੇ ਖੁਦ ਨੂੰ ਸਮਝਾਇਆ ਬੱਚੀ ਹੈ.... ਕੁਝ ਵੀ ਸੋਚਦੀ ਹੈ, ਕਲਪਨਾ ਕਰਦੀ ਹੈ, ਸਾਰਾ ਦਿਨ ਆਪਣੀ ਮਾਂ ਦੀਆਂ ਕਿਤਾਬਾ ਵਿੱਚੋਂ ਪਰੀਆਂ, ਰਾਕਸ਼ਸਾਂ ਤੇ ਹੋਰ ਆਲੋਕਿਕ ਜੀਵਾਂ ਦੀਆਂ ਤਸਵੀਰਾਂ ਦੇਖਦੀ ਰਹਿੰਦੀ ਹੈ। ਆਹ ਪਰੀ ਕਥਾ ਵੀ ਤਾਂ ਉਹਨੂੰ ਕਿਤਾਬ 'ਚੋ ਹੀ ਸੁਣਾ ਰਿਹਾਂ ਮੈਂ। ਕੀ ਪਤਾ ਕੀ ਦੇਖਿਆ ਇਹਨੇ?

ਇੰਨੇ ਨੂੰ ਉਹ ਉਹਨਾਂ ਦੇ ਘਰ ਪੁੱਜ ਗਏ। ਹਨ੍ਹੇਰਾ ਹੋ ਚੁੱਕਾ ਸੀ। ਉਹਨਾਂ ਸਵੇਰ ਦਾ ਬਚਿਆ ਭੋਜਨ ਗਰਮ ਕਰਕੇ ਖਾ ਲਿਆ। ਕੁਝ ਵੀ ਵਿਅਰਥ

ਨਹੀਂ ਕਰਦੇ ਸੀ ਹੁਣ ਲੋਕ। ਬੱਤੀਆਂ ਬੁਝਾ ਕੇ ਹਰਨੇਕ ਸਿੰਘ ਜੀਨਾ ਨਾਲ ਬਿਸਤਰ 'ਤੇ ਬੈਠ ਗਿਆ। ਉਹ ਪਰੀ-ਕਥਾ ਵਾਲੀ ਕਿਤਾਬ ਲਈ ਬੈਠੀ ਸੀ"

"ਦਾਦਾ ਪਰੀਆਂ ਦੇ ਖੰਭ ਹੁੰਦੇ ਨੇ?"

"hmm"

"ਪਰੀਆਂ ਵੀ ਮਦਦਗਾਰ ਹੁੰਦੀਆਂ ਨੇ?" ਉਸਨੇ ਮੋਟੀਆਂ ਮੋਟੀਆਂ ਅੱਖਾਂ ਹੋਰ ਵੀ ਵੱਡੀਆਂ ਖੋਲ੍ਹੀਆਂ।

"ਹਾਂ ਰਾਣੀ!" ਹਰਨੇਕ ਸਿੰਘ ਨੇ ਹਾਮੀ ਭਰੀ।

"ਜਿਵੇਂ ਇਹ... ਉਸਨੇ ਪੁਸਤਕ ਵਿਚਲੀ ਤਸਵੀਰ 'ਤੇ ਉਂਗਲ ਰੱਖੀ। ਤੇ Unicorn ਵੀ ਹੁੰਦਾ।" ਉਸਨੇ ਨਿਸਚੇ ਨਾਲ ਮੁੱਠੀਆਂ ਮੀਚੀਆਂ ਤੇ ਖੜ੍ਹੀ ਹੋ ਗਈ, ਤੇ ਬੋਲੀ ਆਪਾਂ ਕਹਾਣੀ ਪੜ੍ਹੀ ਸੀ... ਉਸ 'ਚ ਬਹੁਤ ਸ਼ਕਤੀ ਹੁੰਦੀ ਹਾਂ, ਉਹ good ਹੁੰਦਾ, ਉਹ ਮਦਦਗਾਰ ਹੁੰਦਾ ਹੈ।

"It has super powers its kind and a savior!"

ਅੱਛਾ ਫਿਰ? ਹਰਨੇਕ ਸਿੰਘ ਕੋਲ ਕੋਈ ਚਾਰਾ ਨਹੀਂ ਸੀ ਬਚਿਆ ਉਸ ਨਾਲ ਸਹਿਮਤ ਹੋਣ ਤੋਂ ਇਲਾਵਾ।

"Like I am an angel but don't have wings! That unicorn boy was everything unicorn but no wings too!" ਜਿਵੇਂ ਮੈਂ ਪਰੀ ਹਾਂ ਪਰ ਮੇਰੇ ਖੰਭ ਨਹੀਂ। ਉਹ ਮੁੰਡਾ ਵੀ ਯੂਨੀਕਾੱਰਨ ਹੈ ਪਰ ਖੰਭ ਨਹੀਂ... ਉਹ ਯੂਨੀਕਾੱਰਨ ਜੈਸਾ ਹੈ।"

ਉਹ ਰੁਆਂਸੀ ਜਿਹੀ ਹੁੰਦੀ ਬੋਲੀ।

"ਚੰਗਾ ਮੇਰੀ ਮਾਂ!" ਦਾਦੇ ਨੇ ਪੋਤੀ ਮੂਹਰੇ ਹੱਥ ਬੰਨ੍ਹੇ," ਸੌਂ ਜਾ ਜੀਨਾ! ਮੈਂ ਥੱਕ ਗਿਆ ਹਾਂ। ਬਹੁਤ ਲੰਬਾ ਦਿਨ ਸੀ।" "... ਮੈਂ ਘਰ ਦੇ ਕੰਮ ਵੀ ਕਰਨੇ ਹੁੰਦੇ ਨੇ ਸਵੇਰੇ" ਕਹਿ ਕੇ ਉਹ ਜੀਨਾ ਨੂੰ ਥਾਪੜਨ ਲੱਗਾ। ਜੀਨਾ ਵੀ ਥੱਕ ਕੇ ਕਿਸੇ ਸੁਪਨ-ਲੋਕ 'ਚ ਜਾ ਪਹੁੰਚੀ।

ਸਵੇਰ ਨੂੰ 'ਚਾਣ-ਚੱਕ ਹੀ ਹਰਨੇਕ ਸਿੰਘ ਦੀ ਜਾਗ ਖੁੱਲ੍ਹੀ, ਜਾਗੋਮੀਚੀ 'ਚ ਜਿਵੇਂ ਸਪੀਕਰ 'ਤੇ ਪਿੰਡ ਦੇ ਗੁਰਦੁਆਰੇ ਵਾਲਾ ਭਾਈ ਜੀ 'ਆਸਾ ਜੀ ਦੀ ਵਾਰ' ਪੜ੍ਹ ਰਿਹਾ ਹੋਵੇ। ਇੰਝ ਲੱਗਿਆ ਜਿਵੇਂ ਸਦੀਆਂ ਬੀਤ ਗਈਆਂ ਹੋਣ ਉਸ ਯੁੱਗ ਨੂੰ। ਪਿੰਡ! ਪੰਜਾਬ! ਪੱਗ!... ਵਿਸਰ ਗਿਆ ਹਾਂ ਮੈਂ ਸਭ ਕੁਝ! ਦਿਲ 'ਚ ਟੁੰਬ ਜਿਹੀ ਪਈ... ਪਤਾ ਨੀ ਉੱਧਰ ਕੀ ਹੋ ਰਿਹਾ ਹੋਣਾ। ਕੋਈ ਸਮਾਚਾਰ ਲੱਗਣ ਦਾ ਸਾਧਨ ਵੀ ਨਹੀਂ ਰਿਹਾ (ਉਸਨੇ ਜੀਨਾ ਦੇ ਟੁੱਟੇ-ਜੁੜੇ ਖਿਡੌਣਿਆਂ ਦੀ ਟੋਕਰੀ 'ਚ ਪਏ ਕਦੇ ਰੱਬ ਬਣ ਚੁੱਕੇ ਨਿਰਜੀਵ ਮੋਬਾਇਲ ਵੱਲ ਦੇਖਿਆ) ਸਭ ਸਾਧਨ ਗਰਕ ਗਏ ਨੇ ਇਹਨਾਂ ਤੂਫ਼ਾਨਾਂ, ਹੜ੍ਹਾਂ, ਸੋਕਿਆਂ ਤੇ ਨਿੱਤ ਨਵੀਆਂ ਬਿਮਾਰੀਆਂ 'ਚ!!

ਸੋਚ 'ਚੋ ਨਿਕਲਦਿਆਂ ਉਸ ਨੇ ਧਿਆਨ ਨਾਲ ਸੁਣਿਆ, ਫ਼ੌਜੀ ਟਰੱਕ ਦੇ ਸਪੀਕਰ ਤੋਂ ਫਰੈਂਚ (French) 'ਚ ਅਨਾਉਂਸਮੈਂਟ ਹੋ ਰਹੀ ਸੀ।

Attention au vol... Verrouiller bien vos portes.

"Beware of thefts... Lock your doors properly."

ਉਸ ਨੇ 10 ਕੁ ਬਾਰੀ ਇਹ ਦੁਹਰਾਇਆ। ਹਰਨੇਕ ਨੇ ਹੌਕਾ ਭਰਿਆ ਕਿਹੜਾ ਪਿੰਡ? ਬੱਸ ਹੁਣ ਤਾ ਆਹ ਮਕਾਨ, ਸਿਟਿਜ਼ਨ ਕਾਰਡ ਨਾਲ ਮਿਲਦਾ ਰਾਸ਼ਨ ਤੇ ਨੰਨ੍ਹੀ ਜੀਨਾ ਇਹੀ ਜ਼ਿੰਦਗੀ ਦਾ ਸਾਰ ਲੱਗਦਾ ਹੈ। "ਕਦੇ ਸੋਚਦਾ ਹਾਂ 65-66 ਦਾ ਹੋ ਗਿਆ ਹਾਂ... ਹਾਰਟ ਸਰਜਰੀ ਹੋ ਚੁੱਕੀ ਹੈ।

... ਅਗਰ ਮੈਂ ਚਲਾ ਗਿਆ ਇਸ ਬੱਚੀ ਦਾ ਕੋਈ ਨਹੀਂ। ਕੀ ਕਰੂ ਇਸ ਘਨਘੋਰ ਕਲਯੁਗ 'ਚ? ਸਕੂਲ, ਕਾਲਜ, ਯੂਨੀਵਰਸਿਟੀਆਂ ਤਾਂ ਕਦੋਂ ਦੇ ਖ਼ਤਮ ਹੋ ਗਏ। ਗਿਆਨ, ਜੀਵਨ-ਜਾਂਚ ਕਿਥੋਂ ਆਊ ਇਸ ਮਲੂਕ ਜਿੰਦ ਨੂੰ?

...ਫੇਰ ਆਪਣੀ ਹੀ ਸੋਚ 'ਤੇ ਹੱਸਿਆ... ਜਾਨ ਦੀ ਅਮਾਨ ਰਹਿ ਜਾਵੇ ...ਹਰਨੇਕ ਸਿਓਂ... ਗੱਲਾਂ ਕਰਦਾ ਤੂੰ ਗਿਆਨ ਦੀਆਂ!! ਜੀਹਨੇ ਸਾਜੀ-ਨਿਵਾਜੀ ਹੈ ਉਹੀ ਫ਼ਿਕਰ ਕਰੂ ਇਸ ਦੀ, ਉਸ ਨੇ ਬਾਹਰ ਆਸਮਾਨ ਵੱਲ ਦੇਖਿਆ... ਅਜੇ ਵੀ ਹਨ੍ਹੇਰਾ ਹੀ ਸੀ... ਉਹ ਫ਼ਿਰ ਤੋਂ ਸੌਂ ਗਿਆ।

"ਦਾਦਾ... ਦਾਦਾ ਉਠੋ ਮੈਨੂੰ ਭੁੱਖ ਲੱਗੀ ਹੈ।" ਜੀਨਾ ਨੇ ਦਾਦੇ ਨੂੰ ਹਿਲਾਇਆ।

ਉਹ ਹੱਥ 'ਚ ਬਰੈੱਡ ਦਾ ਟੁੱਕੜਾ ਫੜੀ ਉਸ ਦੇ ਸਿਰਹਾਣੇ ਖੜੀ ਸੀ। ਹਰਨੇਕ ਸਿੰਘ ਨੇ ਬਿਰਧ ਦੇਹ ਕੱਠਿਆਂ ਕੀਤੀ ਤੇ ਹੌਲੀ ਹੌਲੀ ਉੱਠ ਖੜ੍ਹਾ ਹੋਇਆ।

“ਲਿਆ ਮੇਰੀ ਧੀ... ਦੱਸ ਕਿ ਬਣਾਵਾਂ?”

“ਇਹਦੇ ’ਤੇ (jam) ਜੈਮ ਲਾ ਦਿਓ” “I can’t reach the jam jar!” “ I am so small!” (ਮੈਂ ਉਸ ਜੈਮ ਦੀ ਸ਼ੀਸ਼ੀ ਤੱਕ ਨਹੀਂ ਪਹੁੰਚ ਸਕਦੀ। ਮੈਂ ਬਹੁਤ ਛੋਟੀ ਹਾਂ।)

ਉਹ ਨਿਰਾਸ਼ ਜਿਹੀ ਹੋਈ।

“ਹਾ ਹਾ!” “ਕੋਈ ਨੀਂ ਤੂੰ ਵੱਡੀ ਹੋ ਜਾਏਂਗੀ।“ “ਸੱਭ ਤੋਂ ਵੱਡੀ, ਨਿਰਾਲੀ, ਸਿਆਣੀ ਤੇ ਪਿਆਰੀ ਬਣੂ ਮੇਰੀ ਪਰੀ ।

...ਮੇਰੀ ਜੀਨਾ!” ਹਰਨੇਕ ਸਿੰਘ ਨੇ ਬੱਚੀ ਦਾ ਸਿਰ ਪਲੋਸਿਆ। ਖਾਣਾ ਖਾ ਕੇ ਹਰਨੇਕ ਸਿੰਘ ਨੇ ਬਿਸਤਰ ਠੀਕ ਕੀਤਾ, ਜੀਨਾ ਦੇ ਕੇਸ ਵਾਹੇ, ਬਾਹਰ ਮੋੜ ਵਾਲੇ ਟੈਂਕਰ ‘ਚੋਂ ਬੋਤਲਾਂ ‘ਚ ਪਾਣੀ ਭਰ ਕੇ ਲਿਆਂਦਾ... ਲਾੱਬੀ ‘ਚੋਂ ਜੀਨਾ ਦਾ ਪਾਇਆ ਖੰਡਾਹਰ ਸਮੇਟ ਹੀ ਰਿਹਾ ਸੀ ਕਿ ਫ਼ੇਰ ਸ਼ੁਰੂ ਹੋ ਗਈ:

“ਦਾਦਾ ਕੁਛ ਖੇਡੋ, ਮੈਂ ਖੇਡਣਾ!”

“ਬਾਹਰ ਆਓ!” ਜੀਨਾ ਨੇ ਦਾਦੇ ਦਾ ਹੱਥ ਖਿੱਚਦਿਆਂ ਕਿਹਾ।

ਉਹ ਘਰ ਦੇ ਮੂਹਰੇ ਵਾਲੇ (Pine tree) ਕੋਲ ਆ ਗਏ। “ਜੀਨਾ ਤੂੰ ਅੱਜ ਭੱਜੀ ਨਾ... ਮੈਥੋਂ ਤੈਨੂੰ ਫੜਿਆ ਨਹੀਂ ਜਾਂਦਾ... ਤੂੰ ਬੜੀ ਤੇਜ਼ ਦੌੜਦੀ ਹੈਂ!” ਹਰਨੇਕ ਸਿੰਘ ਨੇ ਹੈਰਾਨ ਹੁੰਦਿਆਂ ਕਿਹਾ।

“Ok” ਜੀਨਾ ਨੇ ਬੁੱਲ੍ਹ ਸੁੱਟ ਲਏ ਤੇ ਬਾਹਵਾਂ ਨਾਲ ਸੀਨੇ ’ਤੇ ਕੈਂਚੀ ਬਣਾਉਂਦਿਆਂ ਨਾਰਾਜ਼ਗੀ ਪ੍ਰਗਟਾਈ। “ਚੰਗਾ ਆਪਾਂ ਅੱਜ ਲੁੱਕਣ-ਮੀਟੀ ਖੇਡਦੇ ਹਾਂ... ਆਪਾਂ ਘਰ ਵਿੱਚ ਖੇਡੇ ਸੀ ਨਾ ਇਕ ਦਿਨ!”

"ਮੈਂ ਨੀਂ ਅੰਦਰ ਜਾਣਾ। " ਉਹ ਹਾਲੇ ਨਾਰਾਜ਼ ਹੀ ਸੀ। ਚੰਗਾ ਠੀਕ ਹੈ... ਮੈਂ ਲੁੱਕਦਾ ਹਾਂ ਇੱਥੇ-ਕਿਤੇ ਤੂੰ ਮੈਨੂੰ ਲੱਭ।"

"ਤੁਸੀਂ ਉਸ ਬੜੇ ਬਿਨ ਪਿੱਛੇ ਲੁਕ ਜਾਓਗੇ! ਮੈਨੂੰ ਤੁਹਾਡੇ ਸਾਰੇ ਟਿਕਾਣੇ ਪਤਾ ਨੇ!" ਜੀਨਾ ਨੇ ਹਤਾਸ਼ਾ ਤੇ ਨਾਰਾਜ਼ਗੀ ਮਿਲੇ ਸੁਰ 'ਚ ਕਿਹਾ ਤੇ ਬੁੱਲ੍ਹ ਟੇਰ ਲਏ।

"ਚੰਗਾ ਚੱਲ ਉੱਧਰ ਚੌਂਕ ਤੱਕ ਤੁਰ ਕੇ ਚਲਦੇ ਹਾਂ... ਉੱਥੇ ਖੇਡਾਂਗੇ..." ਹਰਨੇਕ ਨੇ ਪੋਤੀ ਮਨਾਈ। "ਮੈਂ ਘਰ ਦੇ ਦਰਵਾਜ਼ੇ ਚੈੱਕ ਕਰ ਆਉਂਨਾ।"

ਹਰਨੇਕ ਨੇ ਦਰਵਾਜ਼ੇ ਦਾ ਡਿਜਿਟਲ ਲਾੱਕ (Digital Lock) ਦੋ ਬਾਰ ਚੈੱਕ ਕੀਤਾ, ਇਹਤਿਆਤ ਜ਼ਰੂਰੀ ਸਮਝਦਿਆਂ। ਇਸ ਕੋਠੇ ਅੰਦਰ ਹੀ ਤਾਂ ਉਸਦੀ ਕੁੱਲ ਜਮਾਂ ਪੂੰਜੀ ਸੀ।

ਉਹ ਛੇਤੀ-ਛੇਤੀ (ਜਿੰਨੀ ਕੁ ਛੇਤੀ ਕਰ ਸਕਦਾ ਸੀ, ਬੁੱਢਾ ਦਾਦਾ ਤੇ 4½ ਸਾਲ ਦੀ ਬੱਚੀ) ਚੁਰਸਤੇ ਵੱਲ ਹੋ ਤੁਰੇ।

ਉਥੋਂ ਉਹੀ ਬਦਹਵਾਸ ਘਰ, ਰੁੱਖੇ ਬਰਿੱਖ ਤੇ ਟਾਂਵੇ ਟਾਂਵੇ ਰਫਿਊਜੀ (ਸ਼ਰਣਾਰਥੀ) ਕੈਂਪ ਦਿੱਸਣ ਲੱਗ ਪਏ।

"Lets play here dada (ਚਲੋ ਖੇਡੀਏ ਦਾਦਾ)...

ਚਲੋ ਲੁਕੋ!" ਜੀਨਾ ਹੁਣ ਖ਼ੁਸ਼ ਸੀ। ਉਹ ਅਜੇ ਪੰਜਵੇ ਸਾਲ 'ਚ ਦਾਖ਼ਲ ਹੀ ਹੋਈ 2 ਕੁ ਮਹੀਨੇ ਪਹਿਲਾਂ 'ਤੇ 1-20 ਤੱਕ ਦੀ ਗਿਣਤੀ ਹੀ ਮੂੰਹ ਜ਼ੁਬਾਨੀ ਜਾਣਦੀ ਸੀ। ਉਹ ਗਿਣਨ ਲੱਗੀ। ਹਰਨੇਕ ਸਿੰਘ ਆਪਣੇ ਬੋਝਲ ਸਰੀਰ ਨੂੰ ਇੱਕ ਕੂੜੇ ਵਾਲੇ ਟਰੱਕ (Garbage Truck) ਦੇ ਓਹਲੇ ਲੁਕੋਣ ਦਾ ਯਤਨ ਕਰਨ ਲੱਗਾ।

ਜੀਨਾ ਨੇ ਆਵਾਜ਼ ਦਿੱਤੀ, "ਦਾਦਾ, ਮੈਂ ਆ ਗਈ"

ਉਸਨੂੰ ਟਰੱਕ ਦੇ ਹੇਠੋਂ ਦਾਦੇ ਦੇ ਹੰਢੇ ਜੁੱਤੇ ਦਿਸ ਪਏ ਸੀ, ਜਿਹੜੇ ਚੰਗੇ ਦਿਨਾਂ 'ਚ ਸ਼ਾਇਦ ਨੀਲੇ ਰੰਗ ਦੇ ਹੋਣਗੇ।

ਉਸ ਨੇ ਭੱਜ ਕੇ ਉਸ ਨੂੰ ਛੂਹ ਲਿਆ," ਹਾ... ਹਾ... ਹਾ... ਹਾ... express... ਤੁਸੀਂ ਮੈਨੂੰ ਲੱਭ ਗਏ।" "ਹੁਣ ਤੁਹਾਡੀ ਵਾਰੀ... "ਉਹ ਬਹੁਤ ਉਤਾਵਲੀ ਸੀ।

"ਜੀਨਾ ਤੂੰ ਪੁੱਤ ਇੱਥੇ ਕੀਤੇ ਹੀ ਲੁੱਕ ਜਾਈਂ... ਮੈਂ ਤੈਨੂੰ ਜਿਤਾ ਦਊਂਗਾ, ਬਾਹਲੀ ਦੂਰ ਨਾ ਜਾਈਂ।"

"Ok" ਜੀਨਾ ਨੇ ਮੂੰਹ ਚਿੜਾਇਆ। ਆਹ ਕਿਥੋਂ ਸਿੱਖਦੀ ਹੈ ਇਹ! ਹਰਨੇਕ ਸਿੰਘ ਹੈਰਾਨ ਸੀ।

" Count ਕਰੋ 1-20 (ਗਿਣੋ ਇਕ ਤੋਂ ਵੀਹ!)"

"ਮੈਨੂੰ ਬਥੇਰੀ ਗਿਣਤੀ ਆਉਂਦੀ ਹੈ, ਮੈਂ ਗਣਿਤ ਦਾ ਅਧਿਆਪਕ ਰਿਹਾਂ।" ਉਹ ਮਾਣਮੱਤਾ ਜਿਹਾ ਹੁੰਦਾ ਬੋਲਿਆ।

ਬੱਚੇ ਥੋਡੇ ਅੰਦਰਲੇ ਬੱਚੇ ਨੂੰ ਮਰਣ ਨਹੀਂ ਦਿੰਦੇ... ਉਹ ਉਹਦੇ ਨਾਲ ਜਵਾਕ ਬਣ ਜਾਂਦਾ ਸੀ।

"1,2,3,4,...." ਉਹ ਗਿਣਨ ਲੱਗਾ। "ਜੀਨਾ ਮੈਂ ਆ ਜਾਵਾਂ? ਤੂੰ ਲੁੱਕ ਗਈ ਏਂ?"

"(No No) ਨੋ ਨੋ ਹੋਰ (Count) ਕਾਊਂਟ ਕਰੋ" (ਨਹੀਂ ਨਹੀਂ ਹੋਰ ਗਿਣੋ, ਜੀਨਾ ਬੋਲੀ)

"...50, 51, 52... 70" "ਬਹੁਤ ਹੋਇਆ ਜੀਨਾ!"

ਉਸ ਨੂੰ ਲੱਗਿਆ ਕੇ ਹੌਲੀ-ਹੌਲੀ ਗਿਣਦਿਆਂ ਉਸਨੇ ਜੀਨਾ ਨੂੰ ਲੁੱਕਣ ਦਾ ਵਾਹਵਾ ਸਮਾਂ ਦੇ ਦਿੱਤਾ ਸੀ। "ਹੁਣ ਮੈਂ ਆ ਰਿਹਾਂ..."

ਉਹ ਬੜੀ ਇਮਾਨਦਾਰੀ ਨਾਲ ਗਿਣ ਰਿਹਾ ਸੀ, ਅੱਖਾਂ ਮੀਚ ਕੇ, ਉਹਨੇ ਅੱਖਾਂ ਖੋਲ੍ਹੀਆਂ 'ਤੇ ਆਲੇ-ਦੁਆਲੇ ਤੱਕਿਆ।

"ਜੀਨਾ! ਜੀਨਾ!"

ਉਹਨੇ ਅੱਧ ਸੁੱਕੇ ਦਰੱਖਤਾਂ ਵੱਲ ਰੁਖ਼ ਕੀਤਾ। ਉਥੇ ਕੁਝ ਚੀਨੀ ਬੱਚੇ ਖੇਡ ਰਹੇ ਸੀ।

ਜੀਨਾ ਨੇ ਪੀਲੇ ਰੰਗ ਦੀ ਫਰਾੱਕ ਪਾਈ ਸੀ ਅੱਜ! ਉਸਨੇ ਚੇਤਾ ਜਿਹਾ ਕੀਤਾ। ..."ਉਹ ਸੀ" ਉਸਨੂੰ ਦੂਰ ਪਾਰਕ ਜਿਹੇ 'ਚ ਕੁਝ ਪੀਲਾ ਹਿੱਲਦਾ ਦਿਸ ਰਿਹਾ ਸੀ। "ਆਹ ਕਮਬਖ਼ਤ ਦੂਰ ਦੀ ਨਜ਼ਰ ਹੋਰ ਵੀ ਘੱਟ ਗਈ ਲੱਗਦੀ ਹੈ" ਉਸਨੇ ਸੋਚਿਆ। ਉਹ ਉਸੇ ਆਕਾਰ ਵੱਲ ਵਧਿਆ, ਮਨ 'ਚ ਫ਼ਿਕਰ ਜਿਹਾ ਵੀ ਸੀ ਕਿ ਕੱਲ੍ਹ ਵੀ ਉਹ ਕਿਧਰੇ ਹੋਰ ਹੀ ਪਹੁੰਚ ਗਈ ਸੀ। ਹੁਣ ਉਸਦੀ ਭੱਜਣ-ਖੇਡਣ ਦੀ ਉਮਰ ਸੀ ਤੇ ਉਹ ਰੋਜ਼ ਕੁਝ ਨਵਾਂ ਸਿੱਖਣਾ ਲੋਚਦੀ ਸੀ ਉਹ ਤੁਰਦਾ-ਤੁਰਦਾ ਹੰਭ ਜਿਹਾ ਗਿਆ ਸੀ ਤੇ ਮਨ ਹੀ ਮਨ ਸੋਚ ਰਿਹਾ ਸੀ ਕਿ ਉਹ ਜੀਨਾ ਨੂੰ ਕੋਈ ਹੋਰ ਖੇਡ ਖੇਡਣ ਲਈ ਵੀ ਮਨਾ ਸਕਦਾ ਸੀ। ਹੁਣ ਉਹ ਉਸ ਪੀਲੇ ਵਸਤਰਾਂ ਵਾਲੇ ਆਕਾਰ ਦੇ ਜਵੀਂ ਨੇੜੇ ਪਹੁੰਚ ਗਿਆ, ਪਰ ਇਹ ਤਾਂ ਕੋਈ ਮੁੰਡਾ ਸੀ। ਪੀਲੇ ਰੰਗ ਦਾ ਨੀਕਰ ਸੂਟ ਪਾਈ ਖੇਡ ਰਿਹਾ ਸੀ... ਕੱਦ-ਕਾਠੀ ਤੇ ਉਮਰ ਜੀਨਾ ਵਰਗੀ ਹੀ ਲੱਗਦੀ ਸੀ। ਉਸ ਨੇ ਬੱਚਿਆਂ ਤੇ ਲਾਗੇ ਦਿਸ ਦੀਆਂ ਔਰਤਾਂ ਤੋਂ ਜੀਨਾ ਬਾਰੇ ਪੁੱਛਿਆ। ਉਸ ਦੇ ਬਿਓਰੇ ਨਾਲ ਮਿਲਦਾ ਕਿਸੇ ਨੇ ਕੋਈ ਹਾਂ-ਪੱਖੀ ਜਵਾਬ ਨਾਂ ਦਿੱਤਾ, ਕਿ ਉਹਨਾਂ ਨੇ ਅਜਿਹੀ ਕੋਈ ਬਾਲੜੀ ਦੇਖੀ ਸੀ।

ਉਹ ਘਬਰਾ ਕੇ ਕੱਲ੍ਹ ਵਾਲੇ ਰਾਹ ਵੱਲ ਜਾਣ ਲੱਗਾ। ਕੀ ਜਾਣੇ ਉਹ ਉਸੇ ਗਲੀ 'ਚ ਨਾ ਚਲੀ ਗਈ ਹੋਵੇ। ਕੱਲ੍ਹ ਬੜੀ ਕੌਤੂਹਲ 'ਚ ਸੀ ਤੇ ਖੁਸ਼ ਵੀ! ... ਕੋਈ ਅਜੀਬ ਲੜਕਾ "ਹਾਂ" ""Unicorn Boy" ਦੀ ਗੱਲ ਵੀ ਕਰ ਰਹੀ ਸੀ। ਹਰਨੇਕ ਸਿੰਘ ਆਪਣੀ ਸਮਰੱਥਾ ਨਾਲੋਂ ਤੇਜ਼ ਤੁਰਦਿਆਂ ਉਸ ਮੋੜ 'ਤੇ ਪਹੁੰਚ ਗਿਆ, ਜਿੱਥੇ ਉਹ ਅਫ਼ਰੀਕੀ ਪਰਿਵਾਰ ਕੱਲ੍ਹ ਮਿਲਿਆ ਸੀ। ਪਰ ਅੱਜ ਉਹ ਬਜ਼ੁਰਗ ਮਹਿਲਾ ਕਿਧਰੇ ਨਜ਼ਰੀਂ ਨਾ ਪਈ। ਉਸਨੇ ਆਲੇ-ਦੁਆਲੇ ਫ਼ਿਰਦੇ ਲੋਕਾਂ ਤੋਂ ਪੁੱਛਿਆ ਕਿ ਕੀ ਉਹਨਾਂ ਨੇ ਉਸਦੀ ਪੋਤੀ ਦੇਖੀ ਸੀ। ਪਰ ਅਸਫ਼ਲਤਾ ਹੀ ਹੱਥ ਲੱਗੀ। ਹੁਣ ਉਸਦਾ ਘਬਰਾਉਣਾ ਜਾਇਜ਼ ਸੀ। ਉਸਨੂੰ ਦੇਖਿਆਂ ਇੱਕ ਘੰਟਾ ਹੋ ਚੁੱਕਾ ਸੀ।

ਇਸ ਬੱਚੀ 'ਚ ਉਸਦੇ ਜੀਉਂਦਿਆਂ ਹੋਣ ਦਾ ਮਕਸਦ ਤੇ ਜਿਉਂਦਿਆਂ ਰਹਿਣ ਦੀ ਆਸ ਟਿਕੀ ਸੀ। ਕੁੱਲ ਦੁਨੀਆਂ 'ਚ ਇਹਨਾਂ ਦਾਦਾ ਪੋਤੀ ਦਾ ਇਕ ਦੂਜੇ ਤੋਂ ਇਲਾਵਾ ਹੋਰ ਕੋਈ ਨਹੀਂ ਸੀ ਰਹਿ ਗਿਆ।

ਉਹਨਾਂ ਵਰਗੇ ਬਹੁਤ ਲੋਕ ਸਨ ਜਿਹੜੇ ਇਕੱਲੇ ਰਹਿ ਗਏ। ਇਸ ਪਰਲੋ ਨੇ ਤਾਂ ਮਨੁੱਖਤਾ ਖਾ ਲਈ ਜਿਵੇਂ.... ਗਿਣਤੀ 'ਚ ਵੀ ਤੇ ਦਿਲਾਂ 'ਚ ਵੀ... ਹਰਨੇਕ ਸਿੰਘ ਵਿਚਾਰਗੀ ਤੇ ਇਕੱਲਤਾ ਨਾਲ ਸੋਚੀਂ ਪਿਆ ਸੀ। ਸਾਹ ਚੜ੍ਹੇ ਚੜ੍ਹੇ ਹੀ ਉਸਦੇ ਦਿਲ 'ਚ ਅਜੀਬ ਜਿਹੀ ਚੀਸ ਪੈ ਤੁਰੀ। ਉਹ ਇਸ ਦਰਦ ਤੋਂ ਵਾਕਿਫ਼ ਸੀ। "ਹਾਏ ਰੱਬਾ! ਹੁਣ ਕਿਹੜੇ ਅਜ਼ਾਬ 'ਚ ਪਾਉਣ ਲੱਗਾਂ ਮੈਨੂੰ ਫ਼ਿਰ ਤੋਂ" ਕਹਿੰਦਿਆਂ-ਕਹਿੰਦਿਆਂ ਉਹ ਥਾਂ ਹੀ ਢੇਰੀ ਹੋ ਚਲਿਆ। ਅੱਖਾਂ ਅੱਗੇ ਕਾਲਾ ਹਨ੍ਹੇਰਾ ਛਾ ਰਿਹਾ ਸੀ। ਤੌਣੀ ਨੇ ਉਸਦਾ ਪਿੰਡਾ ਨੁਅ੍ਹਾ ਦਿੱਤਾ ਸੀ।

ਜਦ ਉਸਨੂੰ ਹੋਸ਼ ਆਈ, ਉਹ ਇਕ ਕੈਂਪ ਜਿਹੇ 'ਚ ਮੰਜੇ 'ਤੇ ਪਿਆ ਸੀ। ਉਸ ਨੇ ਅੱਖਾਂ ਖੋਲ੍ਹੀਆਂ ਤਾਂ ਜਿਵੇਂ ਕੋਈ ਸੁਪਨਾ ਚੱਲ ਰਿਹਾ ਹੋਵੇ। ਉਸ ਨੇ ਫ਼ਿਰ ਤੋਂ ਅੱਖਾਂ ਮੀਚ ਲਈਆਂ।

"ਦਾਦਾ! I am here!" (ਮੈਂ ਇੱਥੇ ਹੀ ਹਾਂ)

"Don't go to sleep again!" (ਦੁਬਾਰਾ ਨਾ ਸੋ ਜਾਇਓ!)

ਹਰਨੇਕ ਸਿੰਘ ਨੇ ਜੀਨਾ ਦੀ ਆਵਾਜ਼ ਸੁਣ ਕੇ ਉੱਠਣ ਦੀ ਕੋਸ਼ਿਸ਼ ਕੀਤੀ। ਪਰ ਉਹ ਡਾਕਟਰੀ ਯੰਤਰਾਂ (Halter Monitor) ਨਾਲ ਜਕੜ੍ਹਿਆ ਹੋਇਆ ਸੀ।

ਆਪਣੀ ਧੁਨ 'ਚ ਹੀ ਬੱਚੀ ਬੋਲੀ, "Look Dada I've found the whole Unicorn family!" (ਦਾਦਾ ਦੇਖੋ ਮੈਨੂੰ Unicorn ਦਾ ਪੂਰਾ ਪਰਿਵਾਰ ਮਿਲ ਗਿਆ ਹੈ।) ਉਸਨੇ ਦਾਦੇ ਦੇ ਪੂਰੇ ਸੁਰਤ ਸਿਰ ਹੋਣ ਦਾ ਇੰਤਜ਼ਾਰ ਨਹੀਂ ਕੀਤਾ, ਆਪਣੇ ਚਾਅ 'ਚ ਹੀ ਬੋਲੀ। ਉਹ ਤਾਂ ਆਪਣੇ ਨਵੇਂ ਲੱਭੇ ਖ਼ਜ਼ਾਨੇ ਨੂੰ ਉਸ ਨੂੰ ਦਿਖਾਉਣ ਨੂੰ ਤੱਤਪਰ (ਬਹਿਬਲ) ਸੀ।

ਹਰਨੇਕ ਸਿੰਘ ਨੇ ਡੌਲੀ-ਡੌਲੀ ਨਿਗਾਹ ਨਾਲ ਤੱਕਿਆ ਤਾਂ ਜਿਵੇਂ ਉਸ ਦੁਆਲੇ 3-4 ਸਾਫ਼ਿਆਂ ਵਾਲੇ ਬੰਦੇ ਖੜੇ ਸੀ। ਇੱਕ 8-9 ਕੁ ਸਾਲ ਦਾ ਬਾਲਕ ਉਸਦੇ ਪੈਰਾਂ ਵੱਲ ਖੜ੍ਹਾ ਸੀ, ਉਹ ਉਸਦੇ ਪੈਰ ਛੂਹ ਰਿਹਾ ਸੀ। ਉਸਦੇ ਸਿਰ 'ਤੇ ਸੰਘਣੇ ਕੇਸਾਂ ਦਾ ਵੱਡਾ ਸਾਰਾ ਮੀਢੀ ਵਾਲਾ ਜੂੜਾ ਸੀ।

"Dada this is the Unicorn I was talking about!" ਦਾਦਾ ਇਹੀ ਉਹ Unicorn ਮੁੰਡਾ ਹੈ, ਜਿਸ ਬਾਰੇ ਮੈਂ ਗੱਲ ਕਰ ਰਹੀ ਸੀ।

ਜੀਨਾ ਨੇ ਨਿੱਕੀ ਜਿਹੀ ਉਂਗਲ ਨਾਲ ਪਹਿਲਾ ਹਰਨੇਕ ਵੱਲ ਤੇ ਫਿਰ ਬਾਲਕ ਵੱਲ ਇਸ਼ਾਰਾ ਕਰਦਿਆਂ ਕਿਹਾ। ਅਗਾਂਹ ਵੱਧ ਕੇ ਜੀਨਾ ਨੇ ਬਾਲਕ ਦੀ ਬਾਂਹ ਫੜ੍ਹ ਲਈ ਤੇ ਬੋਲੀ "He is very strong! He is Harbaksh! ਉਹ ਮੁਸਕਰਾਈ। ਇਹਨੇ ਹੀ ਮੈਨੂੰ Dry Fruit ਵਾਲਾ ਪੈਕੇਟ ਦਿੱਤਾ ਸੀ। "And that tall one picked you up from the road!" (ਤੇ ਉਹ ਲੰਬੇ ਵਾਲੇ ਨੇ ਤੁਹਾਨੂੰ ਸੜਕ ਤੋਂ ਚੁੱਕਿਆ ਸੀ) ਉਹ ਬਹੁਤ ਹੈਰਾਨ ਤੇ ਖੁਸ਼ ਸੀ। ਹਰਨੇਕ ਸਿੰਘ ਨੂੰ ਕੁਝ ਮਿੰਟ ਲੱਗੇ ਸਾਰਾ ਵਰਤਾਰਾ ਸਮਝਣ ਨੂੰ।

And you were saying there can't be Unicorn! Look at that beautiful.... h....o....r.....n?

(ਤੇ ਤੁਸੀ ਕਹਿ ਰਹੇ ਸੀ ਅਜਿਹਾ ਕੁਝ ਨਹੀਂ ਹੋ ਸਕਦਾ.... ਇਸ ਸੁੰਦਰ ਸਿੰਗ ਵੱਲ ਤਾਂ ਦੇਖੋ!)

ਉਸਨੇ ਕੌਤੂਹਲ ਤੇ ਖੁਸ਼ੀ ਮਿਲੇ ਸੁਰ 'ਚ ਦਾਦੇ ਨੂੰ ਸਵਾਲ ਕੀਤਾ। ਹਰਨੇਕ ਸਿੰਘ ਦੇ ਕੁਝ ਕਹਿਣ ਤੋਂ ਪਹਿਲਾਂ ਹੀ ਸਿਰ ਕੇਸਕੀ ਵਾਲੀ ਇੱਕ 30 ਕੁ ਸਾਲਾਂ ਦੀ ਸੁਆਣੀ ਜੀਨਾ ਨੂੰ ਸ਼ਾਂਤ ਕਰਦਿਆਂ ਉਸਦਾ ਹੱਥ ਫੜ ਕੇ ਜ਼ਮੀਨ 'ਤੇ ਗੋਡਿਆਂ ਭਾਰ ਬੈਠ ਗਈ। ਜੀਨਾ ਦੀਆਂ ਨੀਲੀਆਂ ਹੈਰਾਨ ਅੱਖਾਂ 'ਚ ਅੱਖਾਂ ਪਾ ਕੇ ਬੋਲੀ,"ਬੱਚੇ ਇਸਨੂੰ ਹਾੱਰਨ ਨਹੀਂ ਆਖੀਦਾ... ਇਹ ਤਾਂ ਸਾਡੇ ਪੁਰਖਿਆਂ ਦੀ ਪਹਿਚਾਣ ਹੈ, ਜੋ ਕਰਮਾਂ ਵਾਲਿਆਂ ਨੂੰ ਹੀ ਤੋਹਫ਼ੇ ਰੂਪ 'ਚ ਮਿਲਦੀ ਹੈ....

...ਉਹਨਾਂ ਦੀ ਵਾਰਤਾਲਾਪ ਹਰਨੇਕ ਸਿੰਘ ਦੇ ਕੰਨਾ 'ਚ ਪੈ ਰਹੀ ਸੀ। ਉਸਨੂੰ ਇੰਝ ਲਗਿਆ ਜਿਵੇਂ ਉਹ ਕਿਸੇ ਹੋਰ ਲੋਕ 'ਚ ਪਹੁੰਚ ਗਿਆ ਹੋਵੇ। ਇਹ ਕੋਈ ਸੁਪਨਾ ਪਰਤੀਤ ਹੋ ਰਿਹਾ ਸੀ ।

Hallucination (ਭਰਮ) ਕਹਿੰਦੇ ਹੁੰਦੇ ਨੇ ਸ਼ਾਇਦ ਇਸ ਨੂੰ! ਉਸਨੇ ਸੋਚਿਆ।

ਇੰਨੇ ਨੂੰ ਔਰਤ ਨੇ ਉਸ ਦੇ ਲੱਗੀ drip check ਕੀਤੀ। ਜੀਨਾ ਦਾ ਸਿਰ ਪਲੋਸਦਿਆਂ ਉਸਨੂੰ ਬੋਲੀ "ਬੱਚੇ, ਤੁਹਾਡੇ ਦਾਦਾ ਜੀ ਨੂੰ ਆਰਾਮ ਦੀ ਲੋੜ ਹੈ। ਬਾਕੀ ਗੱਲਾਂ ਆਪਾਂ ਫਿਰ ਕਰਾਂਗੇ... ਤੇ ਹਰਬਖ਼ਸ ਤੁਸੀਂ ਵੀ ਆਓ, ਇੱਥੇ ਸ਼ੋਰ ਨਾ ਕਰੋ।"

ਲੰਬੇ ਕੱਦ ਵਾਲੇ ਅਧਖੜ ਉਮਰ ਦੇ ਕੇਸਾਧਾਰੀ ਆਦਮੀ ਨੇ ਮੰਜੇ ਨੇੜੇ ਹੁੰਦਿਆ ਕਿਹਾ," ਬਾਈ ਜੀ, ਤੁਸੀਂ ਦਲੇਰ ਹੋ... ਵੱਡਾ ਝਟਕਾ ਸੀ... ਝੱਲ ਗਏ... ਤੇ ਤੁਹਾਡੀ ਪੋਤੀ? ਹੈ ਨਾ?... ਵੀ ਬਹੁਤ ਸਿਆਣੀ ਹੈ" ਉਮਰ ਤੋਂ ਬਹੁਤ ਸਿਆਣੀ!" "ਹੁਣ ਤੁਸੀਂ ਠੀਕ ਹੋ... ਖ਼ਤਰੇ ਤੋਂ ਬਾਹਰ... ਪਰ ਆਰਾਮ ਕਰੋ ਜੀ।"

ਹਰਨੇਕ ਸਿੰਘ ਨੇ ਸੀਨੇ 'ਤੇ ਹੱਥ ਧਰਦਿਆਂ ਕਿਹਾ, "ਮੇਰੇ ਤਾਂ ਪਹਿਲੋਂ ਹੀ..." ਉਹ ਆਪਣੇ ਅੱਪਰੇਸ਼ਨ ਬਾਰੇ ਦੱਸਣ ਲੱਗਾ ਸੀ।

"ਜੀ, ਜੀ" ਅਸੀਂ ਤੁਹਾਡੇ ਆਈਡੈਨਟਿਟੀ ਕਾਰਡ (Identity Card) ਤੋਂ ਪਹਿਲਾਂ ਹੀ ਤੁਹਾਡੀ Medical History, ਕੱਢ ਲਈ ਸੀ, ਜਦੋਂ ਅਸੀਂ ਤੁਹਾਨੂੰ ਸੜਕ 'ਤੇ ਡਿੱਗੇ ਦੇਖਿਆ। "ਇਹ ਬੱਚੀ ਪਹਿਲੋਂ ਵੀ ਇੱਕ ਦਿਨ ਸਾਡੇ ਕੋਲ ਆਈ ਸੀ।" ਉਹ ਮੇਰੇ ਪੁੱਤਰ ਦੇ ਜੂੜੇ ਨੂੰ ਦੇਖ ਕੇ ਹੈਰਾਨ ਸੀ। "ਉਹ ਸਾਡੇ ਸਿਰ ਕੇਸ, ਪੱਗਾਂ, ਕੇਸਕੀਆਂ ਦੇਖ ਕੇ ਬੜੀ ਖ਼ੁਸ ਹੋਈ... ਸਾਨੂੰ ਜਾਂਦੇ-ਜਾਂਦੇ Unicorn Family ਵੀ ਕਹਿ ਰਹੀ ਸੀ..."

ਹਰਨੇਕ ਸਿੰਘ ਨੂੰ ਸਾਰੀ ਕਹਾਣੀ ਦੀਆਂ ਕੜੀਆਂ ਜੁੜਦੀਆਂ ਲੱਗੀਆਂ, ਜੀਨਾ ਦਾ Unicorn Boy, ਵਾਲਾ ਕਿੱਸਾ ਵੀ ਸਮਝੀਂ ਪੈ ਰਿਹਾ ਸੀ।

ਉਸ ਨੇ ਡੌਰ-ਭੌਰ ਹੋਏ ਹੀ ਉਸ ਆਦਮੀ ਨੂੰ ਸਵਾਲ ਕੀਤਾ, ਤੁਹਾਡਾ ਨਾਂ?"

" I am Dr. Jujhar Singh" " We are connected with Bhai Kanahiya Sewa Group Since long. (ਮੈਂ ਡਾਕਟਰ ਜੁਝਾਰ ਸਿੰਘ" "ਅਸੀਂ ਭਾਈ ਕਨ੍ਹਈਆ ਸੇਵਾ ਸੰਸਥਾ ਨਾਲ ਬਹੁਤ ਚਿਰਾਂ ਤੋਂ ਜੁੜੇ ਹੋਏ ਹਾਂ) ਪਰ ਹੁਣ ਅਸੀਂ ਵੀ un-sourceful (ਗੈਰ-ਸਰੋਤ) ਹੋ ਗਏ ਹਾਂ। ਮੁਲਕਾਂ ਦੇ ਮੁਲਕ ਤਬਾਹ ਹੋ ਗਏ ਨੇ। ਦਾਦੇ ਨੂੰ ਬੋਲਦਿਆਂ ਸੁਣ ਜੀਨਾ ਵੀ ਅੰਦਰ ਆ ਗਈ ਤੇ ਉਹ ਬਾਲਕ ਵੀ।

ਉਹ ਆਪਣੇ animated (ਨਾਟਕੀ) ਅੰਦਾਜ਼ 'ਚ ਬੋਲ ਰਹੀ ਸੀ।

" Like I am Jeena Brar... You are Harbaksh... what?

" I am Harbaksh Singh!" (ਮੈਂ ਹਰਬਖਸ਼ ਸਿੰਘ ਹਾਂ!)

ਜੀਨਾ ਨੇ ਸਵਾਲ ਦਾਗਿਆ "Like he is my granddad, where is your granddad?)

(ਜਿਵੇਂ ਇਹ ਮੇਰੇ ਦਾਦਾ ਨੇ (ਜੀਨਾ ਨੇ ਹਰਨੇਕ ਸਿੰਘ ਵੱਲ ਇਸ਼ਾਰਾ ਕਰਦਿਆਂ ਪੁੱਛਿਆ) ਤੁਹਾਡੇ ਦਾਦਾ ਕਿੱਥੇ ਨੇ?)"

ਹਰਬਖਸ਼ ਨੇ ਡਾਕੱਟਰ ਵੱਲ ਉਂਗਲ ਕਰਦਿਆਂ ਕਿਹਾ, "He is my dad and his dad is there! "Dasam Pita" (ਇਹ ਮੇਰੇ ਪਿਤਾ ਨੇ ਤੇ ਉਹਨਾਂ ਦੇ ਪਿਤਾ ਉਹ ਹਨ।"(ਦਸਮ ਪਿਤਾ)" ਉਸਨੇ ਦੀਵਾਰ 'ਤੇ ਲੱਗੇ ਗੁਰੂ ਗੋਬਿੰਦ ਸਿੰਘ ਜੀ ਦੇ ਚਿੱਤਰ ਵੱਲ ਇਸ਼ਾਰਾ ਕੀਤਾ। ਬੱਚੇ ਦੇ ਬੋਲ ਕੰਨੀ ਪੈਂਦਿਆਂ ਹੀ ਹਰਨੇਕ ਸਿੰਘ ਦਾ ਪਿੰਡਾ ਵਲੂੰਦਰਿਆ ਗਿਆ। ਉਹ ਅਪਰਾਧ ਬੋਧ 'ਚ ਡੁੱਬ ਗਿਆ।

ਆਪਣੇ ਆਪ 'ਚ ਹੀ ਗੁਆਚਿਆ ਉਹ ਸੋਚਣ ਲੱਗਾ, "ਨਿੱਕੀ ਜੀਨਾ ਨੂੰ ਕਿੰਨੀ ਛੇਤੀ ਤੇ ਕਿੰਨੇ ਯਕੀਨ ਨਾਲ ਇਹਨਾਂ ਦੀਆਂ ਤਾਕਤਾਂ 'ਤੇ ਯਕੀਨ ਹੋ ਗਿਆ। Unicorn ਕਿੰਨੀ ਵਿਅੰਗਾਤਮਕ ਸਥਿਤੀ ਹੈ। ਇਹਨੂੰ ਮਿਥੀਹਾਸਕ ਯੂਨੀਕਾੱਰਨ ਤਾਂ ਪਤਾ ਹੈ, ਪਰ ਮੇਰਾ ਤੇ ਇਹਦਾ ਇਤਿਹਾਸ ਨਹੀਂ, ਮੇਰੀ

ਤਾਂ ਸਦਾ ਤੋਂ ਹੀ ਵਿਰਲਿਆਂ ਦੀ ਕੌਮ ਹੈ... ਸੱਚ ਇਹ ਅਲੌਕਿਕ ਖ਼ੂਬੀਆਂ ਵਾਲੇ ਵਿਰਲੇ ਹਨ।

ਇਹਨਾਂ ਨੇ ਮੈਨੂੰ ਤੇ ਮੇਰੀ ਬੱਚੀ ਨੂੰ ਬਚਾ ਲਿਆ.... ਪਨਾਹ ਦਿੱਤੀ... ਤਿਮਾਰਦਾਰੀ ਕਰ ਰਹੇ ਹਨ... ਹਾਲੇ ਵੀ ਬਾਬੇ ਨਾਨਕ ਦਾ 500-550 ਸਾਲ ਪਹਿਲਾਂ ਦਾ ਉਹ ਕਿਰਤ ਕਰਨ, ਵੰਡ ਛਕਣ ਤੇ ਨਾਮ ਜਪਣ ਦੇ ਫਲਸਫ਼ੇ 'ਤੇ ਖ਼ਰੇ ਹਨ। ਮੇਰੇ ਤੇ ਮੇਰੇ ਵਰਗੇ ਕਈਆਂ ਦੇ ਲਈ 'ਮਸੀਹੇ' ਹਨ, ਇਹ ਮਨੁੱਖਤਾ ਦੇ ਰਾਖੇ... ਸਰਬਤ ਦਾ ਭਲਾ ਕਰਦੇ... ਇਸ ਨਸ਼ਟ ਹੋ ਰਹੀ ਮਨੁੱਖਤਾ ਤੇ ਧਰਤੀ ਲਈ ਇੱਕ 'ਆਸ ਦਾ ਸੂਰਜ' ਬਣੇ ਹੋਏ ਹਨ। ਤੇ ਇੱਕ ਮੈਂ, ਕਦੇ ਮੁਲਕ ਛੁੱਟਣ ਦਾ, ਕਦੇ ਜ਼ਿੰਦਗੀ ਦੀ ਦੌੜ-ਭੱਜ ਦਾ ਬਹਾਨਾ ਕਰਦਾ ਰਿਹਾਂ... ਫਿਰ ਨੂੰਹ-ਪੁੱਤ ਦੇ ਤੁਰ ਜਾਣ ਤੋਂ ਬਾਅਦ ਮੈਂ ਇਸ ਬੱਚੀ ਦੀ ਦੇਖ-ਰੇਖ 'ਚ ਇੰਨਾ ਰੁੱਝ ਗਿਆ ਕਿ ਮੈਨੂੰ ਯਾਦ ਹੀ ਨਹੀਂ ਰਿਹਾ, ਕਿ ਮੈਂ ਕੌਣ ਹਾਂ। ਕਿੱਥੋਂ ਆਇਆਂ? ਤੇ ਇਸ ਨੂੰ ਮੇਰੇ ਪਿਛੋਕੜ ਬਾਰੇ ਕੌਣ ਦੱਸੂ? ਮੈਂ ਤਾਂ ਕਦੋਂ ਦੀ ਆਪਣੀ ਪਹਿਚਾਣ ਗਵਾ ਚੁੱਕਾਂ ਹਾਂ।

"ਜੀਨਾ! ਇੱਧਰ ਆ ਗੁੱਡੀ" ਉਸਦਾ ਗੱਚ ਭਰ ਗਿਆ ਤੇ ਭਾਵੁਕਤਾ 'ਚ ਭੁੱਬ ਨਿਕਲ ਗਈ। ਜੁਝਾਰ ਸਿੰਘ ਸਭ ਕੁਝ ਮਹਿਸੂਸ ਕਰ ਰਿਹਾ ਸੀ, ਉਸਨੇ ਨੇੜੇ ਹੋ ਉਸ ਦਾ ਹੱਥ ਫੜ ਲਿਆ। ਹੌਸਲਾ ਦਿੰਦਿਆਂ ਉਹ ਬੋਲਿਆ,"ਬਾਈ ਜੀ, ਸਾਡੀ ਬੱਚੀ ਵੀ ਇੱਡੀ ਕੁ ਹੀ ਸੀ... ਪਿਛਲੇ ਕੈਂਪਾ 'ਚ ਉਹ ਵਾਇਰਲ ਬੁਖਾਰ ਦੀ ਮਾਰ ਹੀ ਨਹੀਂ ਝੱਲ ਪਾਈ ਤੇ ਰੱਬ ਕੋਲ ਚਲੀ ਗਈ। ਉਸ ਦੀਆਂ ਅੱਖਾਂ ਭਰ ਆਈਆਂ। ਜੁਝਾਰ ਸਿੰਘ ਦਾ ਹੱਥ ਘੁੱਟ ਜੇ ਫੜਦਿਆਂ ਹਰਨੇਕ ਸਿੰਘ ਬੋਲਿਆ," ਸਾਨੂੰ ਵੀ ਰਲਾ ਲਵੋ ਤੁਹਾਡੇ ਇਸ ਸੇਵਾ ਵਾਲੇ ਟੋਲੇ 'ਚ... ਤੇ ਜੀਨਾ ਆਪਾਂ ਦੋਵੇਂ ਵੀ Unicorn ਬਣਾਂਗੇ, ਇਹਨਾਂ ਵਾਂਗ! ਕਿਉਂ ਜੀਨਾ 'ਕੌਰ'? ਇਹ ਅਲੌਕਿਕ ਗੁਣਾਂ ਵਾਲੇ ਮਹਾਨ ਮਾਨਵ, ਚੜ੍ਹਦੀਆਂ ਕਲਾਵਾਂ ਦੇ ਮੁਜੱਸਮੇ ਇਸ ਪਰਲੋ 'ਚ ਕਿਸੇ ਪਰੀ ਕਥਾ ਦੇ Unicorn ਨਾਲੋਂ ਕਿਤੇ ਵੱਧ ਨਿਰਾਲੇ ਹਨ। ਉਹ ਮਾਣਮੱਤਾ ਹੁੰਦਾ ਬੋਲਿਆ, ਬਣੇਗੀ ਨਾ ਇਹਨਾਂ ਵਰਗੀ? ਜੀਨਾ ਖੁਸ਼ ਹੋ ਕੇ ਤਾੜੀਆਂ ਮਾਰਦੀ ਹੈ।

ਹਰਨੇਕ ਸਿੰਘ ਨੇ ਡੂੰਘੇ ਸਕੂਨ ਨਾਲ ਹੰਝੂ-ਭਰੀਆਂ ਅੱਖਾਂ ਮੀਚ ਲਈਆਂ... ਉਸਨੂੰ ਇੰਝ ਪਰਤੀਤ ਹੋਇਆ ਜਿਵੇਂ ਉਸ ਦੇ ਕੰਨਾਂ 'ਚ ਜੈਕਾਰੇ ਗੂੰਜ ਉੱਠੇ ਨੇ,"ਬੋਲੇ ਸੋ ਨਿਹਾਲ... ਸਤਿ ਸ੍ਰੀ ਅਕਾਲ!!!"

ਲਵਲੀਨ ਕੌਰ

www.ingramcontent.com/pod-product-compliance
Lightning Source LLC
LaVergne TN
LVHW041224080526
838199LV00083B/3304
* 9 7 8 9 3 6 2 6 1 6 6 5 4 *